ആശയവിനിമയങ്ങളിലെ
മുള്ളും മലരും

മൂന്നാം പുസ്തകം

വിജയൻ ചെമ്പക

1947 മാർച്ചിൽ ആലപ്പുഴ ജില്ലയിലെ കണ്ടല്ലൂരിൽ സി. എസ്.മാധവന്റെയും കെ.കാർത്ത്യായനിയുടെയും മകനായി ജനനം.

കണ്ടല്ലൂർ വടക്ക് മുകുന്ദ വിലാസം എൽ.പി.സ്കൂൾ, പുതിയവിള യു.പി. സ്കൂൾ, കായംകുളം എസ്.വി.എച്ച്. എസ് എന്നിവിടങ്ങളിൽ പ്രാഥമിക വിദ്യാഭ്യാസം. കായംകുളം മോഹൻസ് ഐ.റ്റി.സി, കളമശ്ശേരി ഗവൺമെന്റ് പോളി ടെക്നിക്, പുന്നപ്ര കാർമൽ പോളിടെക്നിക് എന്നിവിടങ്ങളിൽ സാങ്കേതിക വിദ്യാഭ്യാസം.

ഹൈദരാബാദ് സെൻട്രൽ ട്രെയിനിങ് ഇൻസ്റ്റിറ്റ്യൂട്ട്, കൊൽക്കത്ത അഡ്വാൻസ്ഡ് ട്രെയിനിങ് ഇൻസ്റ്റിറ്റ്യൂട്ട് എന്നിവയിൽ നിന്നും സാങ്കേതിക പരിശീലനം.

സംസ്ഥാന സർക്കാരിന്റെ കീഴിലുള്ള കളമശ്ശേരി, മലമ്പുഴ, ചെങ്ങന്നൂർ, ഏറ്റുമാനൂർ, അരീക്കോട് ഐ.ടി.ഐ.കളിലും കേന്ദ്ര സർക്കാരിന്റെ അധീനതയിലുള്ള ബാംഗ്ലൂർ വനിതാ റീജിയണൽ വോക്കേഷണൽ ട്രെയിനിങ് ഇൻസ്റ്റിറ്റ്യൂട്ടിലും സേവനം അനുഷ്ഠിച്ചു.

താതമാനസം, മിന്നാമിനുങ്ങുകളുടെ നെടുവീർപ്പ് എന്നീ കവിതാസമാഹാരങ്ങൾ (2019) പ്രസിദ്ധീകരിച്ചു.

ഭാര്യ : ശുഭ.

മക്കൾ : നൈക്ക് വിജയ് (ഉണ്ണി)
സുവി വിജയ് (കുട്ടൻ)

മരുമക്കൾ : ശ്രീവിദ്യ എസ്.നായർ
രമ്യാദേവി.

വിലാസം : ചെമ്പക -1,പുതിയവിള പി.ഒ.,
ആലപ്പുഴ ജില്ല, പിൻ 690 531
ഫോൺ- 0479 2430954
7510757022, 9447866823.

malayalam
Asaya Vinimayangalile Mullum Malarum
Part 3

transactional analysis psychology

by : vijayan chembaka

first edition : january 2023

cover design : harikumar elayidathu
page layout : matrix designs, haripad
printing: repro india limited

publishers:

bodhi books
VIII/6, saravana building, pathiyoor
keerikkad p.o.,kayamkulam, alappuzha-690 508
8281602886, 0479-2436571
bodhibooks03@gmail.com

distribution
sanghamithra, 9447304886

ISBN 978-81-959645-0-5
Sl.No.BB-Pragathi/100-1ed/01/2023

ആശയവിനിമയങ്ങളിലെ
മുള്ളും മലരും

മൂന്നാം പുസ്തകം
തലയിലെഴുത്തും വ്യക്തിഭാവങ്ങളും

വിജയൻ ചെമ്പക

ബോധി ബുക്സ്

സമർപ്പണം

പൊള്ളുന്ന ജീവിത യാഥാർത്ഥ്യങ്ങളിലൂടെ നീങ്ങുമ്പോഴും ആക്ഷോഭ്യരായി മക്കളെ ചേർത്തുപിടിച്ച് നന്മകൾ മാത്രം ചൊല്ലിത്തന്നു കടന്നുപോയ അച്ഛനമ്മമാരുടെ ഓർമ്മകൾക്ക് മുന്നിൽ സ്നേഹാദരവോടെ...

പ്രസാധക കുറിപ്പ്

അനുനിമിഷം വികസിച്ചുകൊണ്ടിരിക്കുന്ന വൈജ്ഞാനിക മേഖലയുടെ നടുവിലാണ് നാം. എന്നാൽ, ഈ വിജ്ഞാന വിസ്ഫോടനങ്ങളിലെ ജ്ഞാനരൂപങ്ങളെ യഥാസമയം മാതൃഭാഷയിൽ പരിചയപ്പെടാൻ പലപ്പോഴും കരുക്കൾ നന്നേ കുറവാണുതാനും. ഭാഷാസാഹിത്യത്തിലെ ഈ പരിമിതിയെ മനസ്സിലാക്കിയാണ് മൂന്നു ഭാഗങ്ങളായുള്ള ഈ പുസ്തക ത്തിന്റെ പ്രസാധനം ബോധി ബുക്സ് ഏറ്റെടുത്തത്.

മനഃശാസ്ത്ര വിജ്ഞാനത്തിന്റെ ഏറ്റവും ആധുനിക രൂപമാണ് ട്രാൻസാക്ഷണൽ അനാലിസ്സിസ്. സമൂഹത്തിന്റെ ഏറ്റവും ചെറിയ ഏകകമായ വ്യക്തിയെ കേന്ദ്രീകരിച്ചുള്ള പഠനങ്ങൾ ക്കാണ് ഇതിൽ പ്രാഥമിക പരിഗണന. സിഗ്മണ്ട് ഫ്രോയിഡി നെത്തുടർന്ന് മനഃശാസ്ത്ര വിജ്ഞാനത്തിന്റെ തുടർച്ചയ്ക്കും വളർച്ചയ്ക്കും ഗണനീയമായ സംഭാവനകൾ നൽകിയ എറിക് ബേണിന്റെ കണ്ടെത്തലുകളാണ് ട്രാൻസാക്ഷണൽ അനാ ലിസ്സിസ് സൈക്കോളജിയുടെ വൈജ്ഞാനികാടിത്തറ.

ഈ വിജ്ഞാനമേഖലയെക്കുറിച്ചും അതിന്റെ അപരിമേയമായ സാധ്യതകളെക്കുറിച്ചും ആശയവിനിമയത്തിൽ വ്യക്തിയെ എപ്രകാരം പുതുക്കിപ്പണിത് പുതിയ മനുഷ്യനാക്കിത്തീർക്കാ മെന്നതിനെക്കുറിച്ചും മനസ്സിലാക്കാൻ ഈ പുസ്തകം വായനക്കാരനെ സഹായിക്കും.

മലയാളഭാഷയ്ക്കും സാഹിത്യത്തിനും മുതൽക്കൂട്ടായ പുസ്തക പരമ്പര അഭിമാനത്തോടെ കൈരളിക്കു സമർപ്പിക്കുന്നു.

ഹരികുമാർ ഇളയിടത്ത്

ആമുഖം

ഒരു പ്രവൃത്തിയോ സംസാരമോ കഴിഞ്ഞതിനുശേഷം അല്പ സമയത്തിനുള്ളിൽ നമ്മൾ ഒരു പുനരാലോചനക്കു ശ്രമിക്കുമ്പോൾ സങ്കടപ്പെടേണ്ടി വരുന്നുവെങ്കിൽ അത് ജീവിതത്തിലെ ഏറ്റവും വേദനാജനകമായ നിമിഷമായിരിക്കും. കുറച്ചുകൂടി സന്തോഷവും സംതൃപ്തിയും നൽകുന്ന ഒരു സംസാരമോ പ്രവൃത്തിയോ ആകാമായിരുന്നു എന്ന് അപ്പോൾ തിരിച്ചറിയുന്നുവെങ്കിൽ, നമ്മൾ കൂടുതൽ ജ്ഞാനിയായി വളർന്നു എന്ന് സ്വയം ബോധ്യപ്പെടുന്ന നിമിഷമാണത്. ബുദ്ധിയ്ക്കപ്പുറം വിവേകത്തെ കൂട്ടുപിടിച്ച് അവനവനെ സ്വയം വിലയിരുത്തുന്നതിനു വായനക്കാരെ പാകപ്പെടുത്തുക എന്ന ലക്ഷ്യമാണ് ഈ രചനയുടെ പിന്നിലുള്ളത്.

വ്യക്തികൾക്ക് തങ്ങളുടെ ആശയവിനിമയ, പ്രവർത്തന രീതികളിലുള്ള പോരായ്മകളേപ്പറ്റി അറിവു ലഭിച്ചാൽ, പ്രവർത്തനങ്ങളിൽ വേണ്ട മാറ്റം വരുത്തി നല്ല വ്യക്തിബന്ധങ്ങൾ സൃഷ്ടിക്കുവാൻ അവർക്കു കഴിയും, പ്രത്യേകിച്ച് ചെറിയകുട്ടികളുടെ അദ്ധ്യാപകർക്കും അച്ഛനമ്മമാരാകാൻ ഒരുങ്ങുന്നവർക്കും. ആധുനിക മനശാസ്ത്രത്തിന്റെ രൂപമായ ട്രാൻസാക്ഷണൽ അനാലിസിസ് സൈക്കോളജിയെ കൂട്ടുപിടിച്ചുകൊണ്ട് ആശയവിനിമയങ്ങളെ വിശകലനം ചെയ്യാനുള്ള ഒരു ശ്രമമാണ് ഈ രചനയിലൂടെ നടത്തുന്നത്. നമ്മുടെ ജീവിതത്തിലെ പല പ്രശ്നങ്ങളുടെയും പ്രധാനകാരണം ആശയവിനിമയങ്ങളിലെ പോരായ്മകളാണ്. അവ എന്തുകൊണ്ട് സംഭവിക്കുന്നു എന്നും എങ്ങനെയെല്ലാം പരിഹരിക്കാമെന്നും പറയുന്ന ഒരു മനശാസ്ത്ര വിഭാഗമാണ് ട്രാൻസാക്ഷണൽ അനാലിസിസ് സൈക്കോളജി (T.A. Psychology)

1960കളിൽ അമേരിക്കയിൽ രൂപംകൊണ്ട ഈ തത്വശാസ്ത്രത്തിന്റെ ഉപജ്ഞാതാവ് ഡോ.എറിക് ബേൺ (Dr. Eric Berne) ആണ്. ഇന്ന് ഇന്ത്യയുൾപ്പടെ ഒട്ടുമിക്ക ലോകരാജ്യങ്ങളിലും ഇത് പ്രയോഗത്തിൽ വരുത്തുന്നുണ്ട്. ജീവിതവിജയത്തിനുള്ള മന്ത്രമാണ് റ്റി.എ.സൈക്കോളജിയിലൂടെ ഉരുക്കഴിക്കുന്നത്

മനുഷ്യബന്ധങ്ങൾ മാത്രമല്ല രാജ്യാന്തര ബന്ധങ്ങളെ പോലും ദൃഢമാക്കാനും ശിഥിലമാക്കാനും ആശയവിനിമയങ്ങൾക്കു കഴിയും. ശരിയായ ധരിക്കലും ധരിപ്പിക്കലും കൂടിച്ചേരുമ്പോൾമാത്രമാണ് ആശയവിനിമയം ഒരു കലയായി മാറുന്നത്. ഒരാളിന്റെ ജീവിത പരിസരങ്ങളും പാരമ്പര്യവും അയാളുടെ ആശയവിനിമയ രീതികളെ സ്വാധീനിക്കാറുണ്ട്.

പഞ്ചേന്ദ്രിയങ്ങളിലൂടെ എത്തുന്ന അനുഭവങ്ങൾ ഉണ്ടാക്കുന്ന വികാരങ്ങളാണ് നമ്മളിൽ ധാരണകളെ രൂപപ്പെടുത്തുന്നത്. ഈ ധാരണകളുടെ അടിസ്ഥാനത്തിലാണ് തീരുമാനങ്ങൾ ഉണ്ടാകുന്നത്. നാം പേറിനടക്കുന്ന ധാരണകളിലെ ശരിതെറ്റുകളേപ്പറ്റിയും അതുമൂലമുണ്ടാകുന്ന തീരുമാനങ്ങളും ഭാവങ്ങളും മനുഷ്യബന്ധങ്ങളെ എങ്ങനെയെല്ലാം ബാധിക്കുന്നതിനേപ്പറ്റിയുമാണ് മൂന്നു ഭാഗങ്ങളുള്ള ഈ പുസ്തകത്തിൽ വിശകലനം ചെയ്യുന്നത്.

ഒരു സ്കൂളിലെ രക്ഷാകർത്താക്കൾക്കു വേണ്ടി തുടർച്ചയായി നടത്തുന്ന ബോധവൽക്കരണ ക്ലാസിലെ പ്രഭാഷണങ്ങളുടെ രൂപത്തിലാണ് ഈ പുസ്തകത്തിലെ വിഷയാവതരണം.

ഉത്തേജനം വരുന്ന വഴികൾ, സ്വഭാവരൂപീകരണത്തിൽ പാരമ്പര്യത്തിന്റെ സ്വാധീനം, ശരിതെറ്റുകളുടെ വ്യാഖ്യാനം, കുടുംബജീവിതത്തിലെ സംഭാഷണ ശൈലിയും കുഞ്ഞുമനസ്സുകളിലെ സ്ക്രിപ്റ്റ് രൂപീകരണവും, ഉത്തരവാദിത്വബോധമുള്ള അച്ഛനമ്മമാരുടെ പിറവി, നിരീക്ഷകരായ കുട്ടികൾ, വ്യക്തികളും ഭാവങ്ങളും, ആശയവിനിമയങ്ങളിലെ ഭാവമാറ്റങ്ങൾ, അതിരുകടക്കുന്നതും സമാന്തരവുമായ രണ്ടു വ്യത്യസ്ത ആശയവിനിമയങ്ങൾ, ശരിയായ ധാരണയും ധരിപ്പിക്കലും എന്നിങ്ങനെയുള്ള വിഷയങ്ങളിലൂടെയാണ് 'ആശയ വിനിമയങ്ങളിലെ മുള്ളും മലരും' എന്ന ഈ പുസ്തകത്തിന്റെ മൂന്നാം ഭാഗമായ 'തലയിലെഴുത്തും വ്യക്തിഭാവങ്ങളും' കടന്നുപോകുന്നത്.

ഈ പുസ്തകത്തിൽ പറയുന്ന ഏറെ കഥകളും സംഭവകഥകളാണ്. വായനകളിലൂടെ മനസ്സിലാക്കിയതും പ്രഭാഷണങ്ങളിലൂടെ കേട്ടറിഞ്ഞതും എന്റേയും എന്റെ അറിവിൽപ്പെട്ടവരുടെയും ജീവിതാനുഭവങ്ങളെ നിരീക്ഷിച്ചു ബോധ്യപ്പെട്ടതുമായ കാര്യങ്ങൾ അനുവാചകർക്ക് പ്രയോജനപ്പെടട്ടെ എന്ന ചിന്തയും ആഗ്രഹവുമാണ് ഇങ്ങനെ ഒരു പുസ്തകം എഴുതാൻ എനിക്കു പ്രേരണയായത്.

ഈ പുസ്തകംആകർഷകമായ രീതിയിൽ പുറത്തിറക്കിയ ബോധി ബുക്സിനോടും അതിന്റെ ഉടമ ശ്രീ. ഹരികുമാർ ഇളയിടത്ത്, പുസ്തകത്തിന്റെ നന്മയ്ക്കുവേണ്ടി സഹകരിച്ച ശ്രീ. കരുവാറ്റ കെ.എം. പങ്കജാക്ഷൻ എന്നിവരോടും എനിയ്ക്കുള്ള സ്നേഹവും കടപ്പാടും രേഖപ്പെടുത്തുന്നു.

വിജയൻ ചെമ്പക

ഉള്ളടക്കം

തലയിലെഴുത്ത്

സ്ക്രിപ്റ്റിനെപ്പറ്റി ഒരു ആമുഖം മുമ്പൊരു ക്ലാസിൽ ഞാൻ പറഞ്ഞിരുന്നത് നിങ്ങൾ ഓർക്കുന്നുണ്ടാവും. അവന്റെ തലവര തെളിഞ്ഞെന്നാണ് തോന്നുന്നത്. ഇക്കണ്ട ഉയർച്ചയ്ക്കെല്ലാം കാരണം അതല്ലേ. പറഞ്ഞിട്ടെന്താ കാര്യം, തലയിലെഴുത്ത് പിഴച്ചുപോയാൽ ഇതും ഇതിനപ്പുറവും കഷ്ടനഷ്ടങ്ങൾ ഉണ്ടാകും, ഇല്ലെങ്കിൽ അവൻ ഉണ്ടാക്കും. ഇങ്ങനെയുള്ള അഭിപ്രായങ്ങൾ സാധാരണ നമ്മൾ കേൾക്കാറുള്ളതല്ലേ?

എന്നാൽ ആ തലയിലെഴുത്തല്ല ഈ തലയിലെഴുത്ത്. അഞ്ചോ ആറോ വയസ്സിനുള്ളിൽ ഒരുവനുണ്ടാകുന്ന അനുഭവങ്ങൾ അവനിൽ സൃഷ്ടിക്കുന്ന ഉത്തേജനങ്ങൾമൂലം ചില തീരുമാനങ്ങൾ ആഴത്തിൽത്തന്നെ തലച്ചോറിൽ രേഖപ്പെടുത്തുന്നു. ഇങ്ങനെയുള്ള രേഖപ്പെടുത്തലുകളെയാണ് ഞാനിവിടെ സ്ക്രിപ്റ്റ് അഥവാ തലയിലെഴുത്തെന്നു പറയുന്നത്.

സിനിമ നാടകം തുടങ്ങിയ കലാസൃഷ്ടികളുടെ സുഗമമായ പൂർത്തീകരണത്തിന് സ്ക്രിപ്റ്റ് തയ്യാറായിക്കഴിഞ്ഞാൽപ്പിന്നെ അതിനനുസരിച്ചായിരിക്കും അതിന്റെ നിർമ്മാണം. നിർമ്മാണത്തിനിടയ്ക്ക് ചിലപ്പോൾ സ്ക്രിപ്റ്റിനു മാറ്റം വരുത്തേണ്ടിവരും. അങ്ങനെ സംഭവിച്ചാലും നിർമ്മാണം മുന്നോട്ടു കൊണ്ടുപോകാൻ കഴിയും. എന്നാൽ മനുഷ്യന്റെ തലച്ചോറിൽ ഇളംപ്രായത്തിൽ രൂപപ്പെടുന്ന സ്ക്രിപ്റ്റ് മാറ്റുക എന്നത് വളരെ പ്രയാസമുള്ള കാര്യമാണ്. സ്ക്രിപ്റ്റിൽ എന്താണോ രേഖപ്പെടുത്തിയിരിക്കുന്നത് അതായിരിക്കും സാധാരണഗതിയിൽ ഒരാളുടെ അടിസ്ഥാന സ്വഭാവം. അതിനനുസരിച്ച് മാത്രമായിരിക്കും ഭാവിയിൽ അയാളുടെ ഏതു പ്രവർത്തനങ്ങളും പ്രതികരണങ്ങളും. ഇങ്ങനെ

യുള്ള അടിസ്ഥാനസ്വഭാവങ്ങളുടെ സ്ക്രിപ്റ്റുകൾ കുഞ്ഞുങ്ങളുടെ തലയിൽ കയറുന്നത് മറ്റുള്ളവരുടെ പ്രവൃത്തിയുടേയും സംസാരത്തിന്റേയും അടിസ്ഥാനത്തിലായിരിക്കും. അതിൽ നെഗറ്റീവും പോസിറ്റീവുമായ കാര്യങ്ങൾ ഉണ്ടായിരിക്കും. പോസിറ്റീവായ സ്ക്രിപ്റ്റുകൾ തലയിൽ രേഖപ്പെടുത്തപ്പെട്ടിട്ടുള്ള കുഞ്ഞുങ്ങൾക്ക് ഭാവിയിൽ മറ്റുള്ളവർക്ക് പോസിറ്റീവ് സ്ട്രോക്കുകൾ കൊടുക്കാനുള്ള കഴിവുണ്ടാകും. അതോടൊപ്പം സ്വയം സ്ട്രോക്കു നൽകാനുള്ള കഴിവുമുണ്ടാകും. നെഗറ്റീവ് സ്ക്രിപ്റ്റുകൾ മാത്രം തലയിൽ രേഖപ്പെടുത്തപ്പെട്ടിട്ടുള്ളവർക്ക് അതിനു കഴിയില്ല. അവർക്ക് നെഗറ്റീവ് മാത്രമേ കൊടുക്കാൻ കഴിയൂ. എന്നാൽ ചില കുഞ്ഞുങ്ങൾക്ക് പോസിറ്റീവും നെഗറ്റീവും കിട്ടിയെന്നിരിക്കും, ഏറ്റക്കുറച്ചിലുകൾ ഉണ്ടായിരിക്കുമെന്നുമാത്രം.

ഇതുവരെ പറഞ്ഞത് ജനനത്തിന് ശേഷം ഉണ്ടാകുന്ന അനുഭവങ്ങളെയും ഉത്തേജനങ്ങളെയും അതുമൂലം തലച്ചോറിൽ രേഖപ്പെടുത്തുന്ന സ്ക്രിപ്റ്റുകളെയും പറ്റിയാണ്. എന്നാൽ ജനനത്തിനു മുമ്പ് ഗർഭാവസ്ഥയിലും കുഞ്ഞുങ്ങൾ അനുഭവങ്ങൾക്ക് വിധേയമാകാറുണ്ട്. ഗർഭകാലത്ത് അമ്മ അനുഭവിക്കുന്ന സന്തോഷം വിഷമം തുടങ്ങിയ എല്ലാ അനുഭവങ്ങളുടെയും ഒരുപങ്ക് കുഞ്ഞിനു കിട്ടുമെന്നും അവയുടെ രേഖപ്പെടുത്തലുകൾ തലച്ചോറിൽ നടക്കാറുണ്ടെന്നും ആധുനിക വൈദ്യശാസ്ത്രം തെളിയിച്ചിട്ടുണ്ട്.

ജീവിതം ആഘോഷമാക്കാനായി സ്വാർത്ഥതയുടെ മേലങ്കി അണിയുന്ന പുതുതലമുറയിലെ ഭാര്യമാർ കണക്കുകൂട്ടലലുകൾ പിഴച്ച് ആദ്യമായി ഗർഭം ധരിക്കുമ്പോൾ, ഇപ്പോൾ വേണ്ടായിരുന്നു എന്നു ചിന്തിച്ചാൽ ആ ചിന്തപോലും കുഞ്ഞ് അറിയും. അമ്മയുടെ വെറുപ്പിന്റെ ചിന്ത കുഞ്ഞിന്റെ അറിവിൽപ്പെടാതെ തന്നെ അതിന്റെ തലച്ചോറിൽ രേഖപ്പെടുത്തിയിട്ടുണ്ടാകും. ഗർഭാവസ്ഥയിൽ കുഞ്ഞിനെ ഇഷ്ടപ്പെടാതിരുന്ന അമ്മയെ ആ കുഞ്ഞ് വളർന്നുവരുമ്പോൾ വെറുക്കുന്നുവെങ്കിൽ കുറ്റം പറയാൻ ആർക്കാണ് കഴിയുക?

യഥാർത്ഥത്തിൽ ഗർഭാവസ്ഥ മുതലാണ് രേഖപ്പെടുത്തലുകൾ തുടങ്ങുന്നത്. കുഞ്ഞുങ്ങൾക്ക് അനുഭവപ്പെടുന്ന കാഴ്ചകൾക്കും കേൾവികൾക്കുമല്ല പ്രാധാന്യം, അവ എന്തു വികാരങ്ങൾ അവരിൽ ഉണ്ടാക്കുന്നു എന്നതിനാണ് പ്രാധാന്യം. ആ വികാരങ്ങളുടെ രേഖപ്പെടുത്തലുകൾ അഥവാ സ്ക്രിപ്റ്റിംഗ് എത്ര വയസ്സുവരെ

കാണുമെന്നറിയാമോ?

ആറുവയസ്സുവരെ കാണും ടീച്ചർ.

ആരാണതു പറഞ്ഞത്, ബിന്ദുവാണോ? അതു ശരിയല്ലല്ലോ ബിന്ദു. അനുഭവങ്ങളുടെ രേഖപ്പെടുത്തലുകൾ ആരിലും ജീവിതാവസാനം വരെകാണും. എന്നാൽ, ആറു വയസുവരെയുള്ള സ്ക്രിപ്റ്റിംഗ് മാത്രമേആഴത്തിലുള്ളതും ശക്തിയേറിയതുമായിരിക്കൂ എന്നാണ് ഞാൻ പറഞ്ഞിരുന്നത്. അതിൽത്തന്നെ ഒരു വയസ്സിനുള്ളിൽ നടക്കുന്ന രേഖപ്പെടുത്തലുകൾക്ക് ശക്തി വളരെയേറെയാണ്. ഇങ്ങനെ തലച്ചോറിൽ സംഭവിക്കുന്ന രേഖപ്പെടുത്തലുകൾ ജീവിതാവസാനംവരെ കാണും.

പ്രായമാകുംതോറും രേഖപ്പെടുത്തലുകളുടെ ശക്തി കുറഞ്ഞു കുറഞ്ഞു വരും. എന്നുമാത്രമല്ല, അവയൊന്നും ഒരാളുടെ അടിസ്ഥാന സ്വഭാവത്തെ സ്വാധീനിക്കുകയുമില്ല.

എന്റെ അമ്മവീടിന്റെ തൊട്ടയൽപക്കത്തൊരു വീടുണ്ട്. കുഞ്ഞുങ്ങൾക്ക് ആനുകൂല്യം കൊടുക്കുന്നത് കന്നിനെ കയംകാട്ടും പോലെയാണെന്ന് അവിടത്തെ അമ്മൂമ്മ പലപ്പോഴും പറയുന്നതു ഞാൻ കേട്ടിട്ടുണ്ട്. ഒരിക്കൽ ഞാനവിടെ ചെന്നപ്പോൾ അമ്മൂമ്മ പച്ചക്കറി അരിഞ്ഞുകൊണ്ടിരിക്കുകയായിരുന്നു. അന്നു ഞാൻ അമ്മൂമ്മയോട് 'കന്നിനെ കയം കാട്ടുന്ന' കാര്യത്തേപ്പറ്റി ചോദിച്ചപ്പോൾ കിട്ടിയ മറുപടി രസകരമായിരുന്നു.

'കുട്ടികളെ കൂടുതൽ പുന്നാരിക്കാൻ പോയാൽ അവർ ചീത്തയാകും മോളെ. പിന്നെ എല്ലാ കാര്യത്തിനും നിർബ്ബന്ധം പിടിക്കും'.

അതു ശരി, പക്ഷേ, കന്നിനെ കയം കാട്ടുന്നതുമായിട്ട് അതിനെന്താണു ബന്ധം?

എടീ മോളെ, പോത്തിനെയാണ് കന്ന് എന്നുപറയുന്നത്. എപ്പോഴും വെള്ളത്തിൽ കിടക്കാൻ ആഗ്രഹിക്കുന്ന ഈ പോത്തിനെ നല്ല ആഴമുള്ള വെള്ളത്തിൽ ഇറക്കി വിട്ടാൽ പിന്നെ അതു കരയ്ക്കു കയറുമോ? ഇല്ല, വെള്ളത്തിന്റെ തണുപ്പ് ആസ്വദിച്ച് അവിടെ ത്തന്നെ കിടക്കും. പോത്തിന്റെ കാര്യം അമ്മൂമ്മ പറഞ്ഞതു ശരിയാണ്. പക്ഷേ, അതിനെ കുഞ്ഞുങ്ങളെ കൊഞ്ചിക്കുന്നതുമായി കൂട്ടിക്കെട്ടിയതു മനസ്സിലാകാത്തതിനാൽ ഞാൻ മറുപടിയൊന്നും പറഞ്ഞില്ല. അമ്മൂമ്മയ്ക്ക് ഈ വിശ്വാസം തലമുറകളായി മാതാപിതാക്കളിൽനിന്നും പകർന്നുകിട്ടിയതായിരിക്കുമെന്ന് വിചാരിച്ചി

രിക്കുമ്പോൾ അമ്മൂമ്മയുടെ മകളുടെ കുഞ്ഞ് വീടിനുള്ളിൽ കരയുന്നതു കേട്ടു. കുഞ്ഞിന്റെ അമ്മ അടുക്കളയിൽ ഏതോ പാചകത്തിൽ ഏർപ്പെട്ടിരിക്കുകയായിരുന്നു.

'ചേച്ചീ കുഞ്ഞു കരയുന്നു' ഞാൻ വിളിച്ചുപറഞ്ഞു.

അതുകേട്ടുകൊണ്ട് അമ്മൂമ്മ:

'ങാ കുറേ കഴിയുമ്പോൾ അതു താനേ നിറുത്തിക്കോളും മോളെ, ഇപ്പോൾ പോയിട്ടതിനെ എടുക്കാൻ ശ്രമിച്ചാൽ അതൊരു ശീലമാകും' അമ്മുമ്മ എന്നെ ബോധവൽക്കരിക്കുന്നതു തുടർന്നു.

'പത്തുമാസം ആയതേയുള്ളു മോളേ, എപ്പോ നോക്കിയാലും കീറ്റൽ തന്നെ കീറ്റൽ'. പിന്നെ ഒരു രഹസ്യം പറയും പോലെ 'ശ്വാസം പിടിച്ചു കരയുമ്പൊഴാ മോളേ കുഞ്ഞുങ്ങളുടെ നെഞ്ച് വളരുന്നത്'

ഞാൻ കണ്ണുമിഴിച്ചിരിക്കുമ്പോൾ പിന്നെയും അമ്മുമ്മ പലതും പറഞ്ഞുകൊണ്ടേയിരുന്നു. ഇതിനിടയിൽ അടുക്കളയിൽ നിൽക്കുന്ന മകൾക്ക് എന്തൊക്കെയോ നിർദ്ദേശങ്ങൾ കൊടുക്കുന്നുമുണ്ട്. ഏതാണ്ടാറേഴു മിനിറ്റ് കഴിഞ്ഞപ്പോൾ കുട്ടിയുടെ കരച്ചിൽ താനേ നിന്നു.

'ദാ കണ്ടോ അവൻ കരച്ചിൽ നിറുത്തി, ഞാൻ പറഞ്ഞില്ലേ, കുറേ കഴിയുമ്പോൾ കരച്ചിൽ നിർത്തുമെന്ന്. ആറേഴെണ്ണത്തിനെ ഞാനും പെറ്റുവളർത്തിയതല്ലേ. അവനെ ഇപ്പോൾ എടുക്കാൻ പോയാൽ അടുക്കളയിലെ കാര്യങ്ങൾ വല്ലതും നടക്കുമോ' അമ്മുമ്മ തന്റെ സിദ്ധാന്തം തെളിയിച്ചതു പോലെ പറഞ്ഞു.

ഇനി ഒരു ചോദ്യം നിങ്ങളോടാണ്.

ഈ കുഞ്ഞ് താനെ കരച്ചിൽ നിറുത്തുകയായിരുന്നു. അപ്പോൾ അമ്മുമ്മയുടെ സിദ്ധാന്തം ശരിയോ തെറ്റോ?

ശരിയല്ലേ ടീച്ചറെ,അമ്മൂമ്മ പറഞ്ഞതുപോലെ കുഞ്ഞു കരച്ചിൽ നിറുത്തിയില്ലേ?

ശരിയല്ലേ എന്നാണ് ബിന്ദു എന്നോടു ചോദിക്കുന്നത്. എന്നു പറഞ്ഞാൽ ബിന്ദുവിനും ഉറപ്പില്ലെന്നർത്ഥം. തന്റെ അനുഭവത്തിൽ നിന്നും കണ്ടെത്തിയ കാര്യമാണ് അമ്മൂമ്മ പറഞ്ഞത്. എന്നാൽ ഈ കണ്ടെത്തലിനു പിന്നിൽ എന്തുകൊണ്ട് കുഞ്ഞു കരഞ്ഞുവെന്നോ എന്താണ് കരച്ചിൽ നിർത്താനുള്ള കാരണമെന്നോ ഒരു അന്വേഷണം ഉണ്ടായിട്ടുണ്ടോ? ഇല്ല.

പത്തുമാസം മാത്രം പ്രായമുള്ള ഒരു കുഞ്ഞ് തന്റെ അമ്മയുമായി ആശയവിനിമയം നടത്തുന്നതു് എതു ഭാഷയിലൂടെയാണ്? അവന് ഒരേയൊരു ഭാഷയല്ലേ അറിയൂ. അതു കരച്ചിലല്ലേ. ഉറക്കം വന്നാലും വിശപ്പോ ദാഹമോ ഉണ്ടായാലും കിടക്കുന്ന സ്ഥലത്ത് മൂത്രം ഒഴിച്ചാലും ഉറുമ്പ് കടിച്ചാലും ഉറക്കമുണരുമ്പോൾ അടുത്ത് അമ്മയെ കാണാതെവന്നാലുമെല്ലാം അമ്മയെ അറിയിക്കുന്നത് ഈ ഭാഷയിലൂടെയാണ്. എന്താണ് കരച്ചിലിനു കാരണമെന്ന് തരാതരംപോലെ തിരിച്ചറിഞ്ഞു കുഞ്ഞിനെ പരിചരിക്കുന്നതിലാണ് ഒരമ്മയുടെ വിജയം.

അപ്പോൾ ചോദ്യമിതാണ്, എന്തിനാണ് കുഞ്ഞ് കരയുന്നത്?

അമ്മയുടെ പരിചരണത്തിനുവേണ്ടിയാണു ടീച്ചറേ.

അതേ, അതു ശരിയാണെങ്കിൽ, കുറെ കഴിഞ്ഞിട്ടും അമ്മ കുഞ്ഞിന്റെ അടുത്തെത്തിയില്ലെങ്കിൽ കുഞ്ഞിനെന്തായിരിക്കും തോന്നുക?

'എന്തു തോന്നാനാ ടീച്ചറെ, അതു കുഞ്ഞല്ലേ, കുറേക്കൂടി കരയും'

അതേ, കുഞ്ഞുതന്നെ. പക്ഷേ, കുഞ്ഞിനും വികാരങ്ങൾ ഉണ്ടെന്നകാര്യം മറക്കാമോ?

ഏതൊരവസ്ഥയിലും കുഞ്ഞുങ്ങൾ തങ്ങളുടെ സുരക്ഷിത ഇടമായി കാണുന്നത് അമ്മയുടെ സാമീപ്യം അല്ലേ ? എന്തെങ്കിലും അസ്വസ്ഥത ഉണ്ടായതു കൊണ്ടായിരിക്കുമല്ലോ കുഞ്ഞു കരഞ്ഞത്. തന്റെ അസ്വസ്ഥത അമ്മയുടെ അടുത്തെത്തി അറിയിക്കാൻ കുഞ്ഞിനു കഴിയുന്നുമില്ല. അപ്പോഴെന്തായിരിക്കും ആ കരച്ചിലിനർത്ഥം? ആരെങ്കിലും പറയൂ.

അമ്മയെ തന്റെ അടുത്തേക്ക് വരുത്താനുള്ള അവന്റെ ഒരു അടവാണ് ടീച്ചർ.

ശരി, സമ്മതിച്ചു. പക്ഷേ, അമ്മ അവന്റെ അരികിലെത്താതിരുന്നാലോ അവൻ കരച്ചിൽ നിറുത്താതെ തുടരും. അവന്റെ കൈയ്യിൽ ആകെയുള്ള ആയുധം കരച്ചിൽ മാത്രമാണ്. അതു വീണ്ടും വീണ്ടും പ്രയോഗിക്കും. എന്നിട്ടും അമ്മ എത്തിയില്ലെങ്കിൽ എന്തു സംഭവിക്കും?

അവൻ കരച്ചിൽ നിറുത്തും ടീച്ചറെ. അതല്ലേ നമ്മളിവിടെ കണ്ടത്.

അങ്ങനെ ലാഘവബുദ്ധിയോടെയുള്ള ഉത്തരമല്ല നമുക്കു

വേണ്ടത്. അപ്പോൾ കുഞ്ഞിന്റെ ഉള്ളിൽ എന്തു വികാരമുണ്ടാകും അതെത്രമാത്രമുണ്ടാകും എന്നെല്ലാമാണ് നമുക്കറിയേണ്ടത്. എന്നെ ആരും ശ്രദ്ധിക്കുന്നില്ല എന്നൊരു അരക്ഷിതബോധം അവനിൽ ഉണ്ടാകില്ലേ. ഈ അരക്ഷിതബോധംമൂലം കുഞ്ഞിന്റെ ഉള്ളിലുണ്ടാകുന്നത് ഭയമാണ്. ഭയമെന്ന വികാരം ഒരു നെഗറ്റീവ് സ്ട്രോക്ക് ആണെന്നറിയാമല്ലോ? ഇങ്ങനെ നിരന്തരം കുഞ്ഞിന്റെ കരച്ചിലിനെ അവഗണിക്കുമ്പോൾ എന്താണു സംഭവിക്കുക? താൻ സുരക്ഷിതനല്ലെന്നും തനിക്കാരുമില്ലെന്നുമുള്ള ഒരു തോന്നൽ അവന്റെ തലച്ചോറിൽ സ്ക്രിപ്റ്റ് ചെയ്യപ്പെടും.

ഒന്നോ രണ്ടോ വയസ്സായ ഒരു കുട്ടി ഓരോരോ ആവശ്യത്തിനായി അമ്മയുടെ പിന്നാലെ നടന്നുകരയുന്നുവെന്നു വിചാരിക്കുക. അമ്മ ശ്രദ്ധിക്കുന്നേയില്ല. അപ്പോൾ എന്തായാരിക്കും സംഭവിക്കുക? ആർക്കു പറയാം. ഇക്കുറി മദർ പി.ടി.എ പ്രസിഡണ്ടു തന്നെ ആയിക്കോട്ടെ.

എന്നെ അമ്മയ്ക്കു വേണ്ടായിരിക്കും, എന്നെ ഇഷ്ടമല്ലായിരിക്കും എന്നെല്ലാം കുഞ്ഞിനു തോന്നാം ടീച്ചർ.

അതെ, ആ തോന്നൽ കുഞ്ഞിന്റെ മനസ്സിൽ ഭയം മാത്രമല്ല അരക്ഷിതാവസ്ഥയും നിരാശയും ഉണ്ടാക്കും. ഇതും നെഗെറ്റീവ് സ്ട്രോക്കുകളാണ്. എന്നെ അമ്മക്കിഷ്ടമല്ല എന്ന തോന്നൽ ഒരു തീരുമാനമായി ആഴത്തിൽ രേഖപ്പെടുത്തുന്നത് അപ്പോഴാണ്.

ഒന്നോ രണ്ടോ വയസ്സിൽ നടക്കുന്ന ഈ കാര്യമൊന്നും ഭാവിയിൽ കുഞ്ഞ് ഓർക്കണമെന്നില്ല. പക്ഷേ, എന്നെ അമ്മയ്ക്കിഷ്ടമല്ല എന്നു സ്ക്രിപ്റ്റു ചെയ്യപ്പെട്ടത് ഭാവിയിൽ പ്രത്യക്ഷപ്പെടും. ഇതിനെ പുനരാവിഷ്കാരം അഥവാ Re-play എന്നു പറയും. ഇങ്ങനെയുള്ള അവഗണനക്ക് നാമെന്താണു പറയുക? മുൻപൊരു ക്ലാസിൽ ഞാൻ പറഞ്ഞതാണ്.

ഇതിനെയല്ലേ ടീച്ചറേ ഡിസ്കൗണ്ട് എന്നു പറയുന്നത്?

ഇവിടെ അമ്മ കുഞ്ഞിനെ പൂർണ്ണമായും അവഗണിക്കുകയാണ്. അതിനാൽ ഇതിനെ ടോട്ടൽ ഡിസ്കൗണ്ട് എന്നു പറയാം. അവഗണിക്കുകയാണെന്ന് കുഞ്ഞിനു തോന്നുമെങ്കിലും അമ്മയ്ക്കങ്ങനെ തോന്നുകില്ല. കാരണം, അവർ ബോധപൂർവം ചെയ്യുന്നതല്ല. അമ്മ തന്റെ ജോലിക്കൂടുതൽ കൊണ്ടോ അറിവില്ലായ്മ കൊണ്ടോ ആകാം അങ്ങനെ ചെയ്യുന്നത്.

ഇങ്ങനെ നിരന്തരമായ അരക്ഷിതാവസ്ഥയിൽ വളർന്നു വരുന്ന കുട്ടികൾ കൗമാരത്തിൽ എത്തുമ്പോൾ, തങ്ങളെ ശ്രദ്ധിക്കുകയും കേൾക്കുകയും ചെയ്യുന്നവരിൽ ആകൃഷ്ടരായി അവരോടൊപ്പം ചേർന്നേക്കാം. അങ്ങനെ എത്തിച്ചേരുന്ന ഇടം സാമൂഹ്യദ്രോഹികളുടെയോ അനാശാസ്യ പ്രവർത്തകരുടെയോ താവളമായിരുന്നാൽ അതോടുകൂടി ഈ കുട്ടികളുടെ ജീവിതം കൈവിട്ടു പോയേക്കാം.

വീട്ടുജോലി എല്ലാം കഴിഞ്ഞ് വളരെ വൈകി ഉറങ്ങാൻ കിടന്നതാണ് അമ്മ. കണ്ണിൽ ഉറക്കം പിടിച്ചു വരുമ്പോഴായിരിക്കും കുഞ്ഞിന്റെ കരച്ചിൽ. ക്ഷീണംകൊണ്ട് ചിലപ്പോൾ അറിയാതെ പറഞ്ഞു പോകും, നാശം ഉറങ്ങാനും സമ്മതിക്കില്ല. അമ്മയെ ഒന്നു കെട്ടിപ്പിടിച്ചു കിടക്കണമെന്ന് കുഞ്ഞിനു തോന്നിയിട്ടോ അല്ലെങ്കിൽ വിശന്നിട്ടോ മറ്റോ ആയിരിക്കും കുഞ്ഞു കരഞ്ഞത്. 'മനുഷ്യന് സ്വൈരം തരാത്ത ജന്തു. വാ ഇങ്ങോട്ട്, വന്നു കുടിച്ചിട്ട് കിടന്നുറങ്ങാൻ നോക്ക്. ഇനിയും കിടന്നു മോങ്ങിയാൽ നീ വീക്കു വാങ്ങിക്കും' എന്നു പറഞ്ഞുഭീഷണിപ്പെടുത്തിയിട്ടായിരിക്കും മാറോടു ചേർത്തു കിടത്തി പാലു കൊടുക്കുന്നത്. അതിനുശേഷം കുഞ്ഞിന്റെ പുറത്തു മെല്ലെ തട്ടിത്തടവിക്കൊണ്ട് അതിനെ ഉറക്കാനും ശ്രമിക്കും. കുഞ്ഞിനെ വഴക്കു പറയുന്നതിനോടൊപ്പം തന്നെ അതിനെ പരിചരിക്കുകയും ചെയ്യുന്ന ഈ പ്രവൃത്തിയെ ഭാഗികമായ അവഗണിക്കൽ (partial discounting) എന്നാണു പറയുക.

ഉറങ്ങാൻ സമ്മതിക്കാത്ത നാശം, സ്വൈരം തരാത്ത ജന്തു, വീക്കു വാങ്ങിക്കും എന്നെല്ലാം കേൾക്കുന്ന കുഞ്ഞിന്റെ ഉള്ളിൽ ഭയമാണുണ്ടാവുക. ഞാൻ ചീത്തയാണ്, ഞാൻ നാശമാണ് എന്നെല്ലാം അമ്മ പറഞ്ഞല്ലോ എന്ന ചിന്ത കുഞ്ഞിന്റ തലയിൽ സ്ക്രിപ്റ്റ് ചെയ്യപ്പെടാൻ ഇതു കാരണമാകും. ഇതുമൂലം കുഞ്ഞിന്റെ ഉള്ളിലുണ്ടാകുന്നത് അരക്ഷിതാവസ്ഥയാണ്. അടുത്ത ദിവസങ്ങളിലെ അർദ്ധരാത്രികളിലും അമ്മയുടെ ഉറക്കത്തിന് ഭംഗം വരുത്തിക്കൊണ്ട് കുഞ്ഞു കരഞ്ഞാൽ അമ്മ ചിലപ്പോൾ ഇങ്ങനെ പറഞ്ഞേക്കാം. 'ഹോ, ചെയ്താലും ചെയ്താലും തീരാത്ത പണിയും കഴിഞ്ഞ് രാത്രിയിലൊന്നു മയങ്ങാൻ കിടന്നാൽ അപ്പോൾ തുടങ്ങും ഈ പിശാച് കാ, കീയെന്നുപറഞ്ഞു കീറാൻ. തല്ലിക്കൊല്ലണം ഈ നശിപ്പിനെ, ഇല്ലെങ്കിൽ ഇല്ലെന്നല്ലേയുള്ളൂ'.

ചില അമ്മമാരെങ്കിലും ഇങ്ങനെയെല്ലാം പറഞ്ഞു പോകുന്നത് അവരുടെ കഷ്ടപ്പാടുകളും ശാരീരിക ക്ഷീണവും മറ്റും കൊണ്ടായിരിക്കാം. പക്ഷേ, ഇങ്ങനെയുള്ള വർത്തമാനങ്ങൾ കുഞ്ഞിനെ മാനസികമായി തകർത്തുകളയും എന്നകാര്യം അമ്മമാർ അറിയുന്നില്ല. എന്നെ അമ്മ കൊല്ലുമോ എന്ന ഭയമായിരിക്കും ഇത് കേൾക്കുന്ന കുട്ടിയിൽ രേഖപ്പെടുത്തുക. ഞാൻ ചീത്തയാണ് നശിക്കേണ്ടവനാണ്, അതുകൊണ്ടല്ലേ അമ്മ എന്നെ വഴക്കുപറയുന്നതെന്നു കുഞ്ഞിനു തോന്നാം. ചിലപ്പോൾ ഈ അമ്മ ചീത്തയാണെന്നും കുഞ്ഞിനു തോന്നാം. അതിന്റെയെല്ലാം ഫലമായി ഞാൻ ചീത്തയാണ്, ഞാൻ നശിക്കണമെന്നോ, അമ്മ എന്നെ കൊല്ലും, അമ്മ ചീത്തയാണെന്നൊ ഉള്ള തീരുമാനങ്ങളിൽ ഏതെങ്കിലും ഒന്നോ അല്ലെങ്കിൽ രണ്ടുംകൂടിയോ കുഞ്ഞിന്റെ തലയിൽ സ്ക്രിപ്റ്റ് ചെയ്യപ്പെടാം. ഞാൻ നശിക്കാനുള്ളവനാണ് എന്നൊരു തീരുമാനമാണ് സ്ക്രിപ്റ്റ് ചെയ്യപ്പെടുന്നതെങ്കിൽ ഭാവിയിൽ അതിനുവേണ്ടി ശ്രമിക്കുന്ന അവസ്ഥയിലേക്ക് കുട്ടി എത്തിപ്പെട്ടേക്കാം. അതിനൊരുദാഹരണമാണ് ചിലരുടെ മദ്യപാനം.

കുട്ടികൾ ഡിസ്ക്കൗണ്ട് ചെയ്യപ്പെടുന്നതിനിടയാക്കുന്ന മറ്റൊരു സാഹചര്യം കൂടി പറയാം.

ഇന്നലെ വരെ എല്ലാവരുടെയും സ്നേഹവും പരിഗണനയും കിട്ടിക്കൊണ്ടിരുന്ന ഒരു കുട്ടിക്ക് ഇന്നൊരു അനിയനോ അനിയത്തിയോ ഉണ്ടായാൽ എന്താണു സംഭവിക്കുക? സ്വാഭാവികമായും നമ്മൾ ഇളയ കുഞ്ഞിനു പ്രത്യേക ശ്രദ്ധ കൊടുക്കും. അതുമൂലം മൂത്ത കുട്ടിക്കു കിട്ടിക്കൊണ്ടിരുന്ന പരിഗണനയിൽ കുറവു വന്നേക്കാം. ഇത് അവനോടുള്ള അവഗണനയായിത്തീരും. ഇന്നലെവരെ തന്നെ പരിഗണിക്കുകയും സ്നേഹിക്കുകയും ഉമ്മ വെക്കുകയും മറ്റും ചെയ്തിരുന്നവർ ഇന്നതെല്ലാം വേറൊരാളിനു കൊടുക്കുമ്പോൾ, കുഞ്ഞിനതു സഹിക്കാൻ കഴിയില്ല. ഫലമോ ഇളയതിനോട് അസൂയ തോന്നും. അതു തന്റെ എതിരാളിയാണെന്നും അതിനെ എങ്ങനെയെങ്കിലും ഇല്ലാതാക്കണമെന്നും മൂത്തതിനു തോന്നാം. തരംകിട്ടിയാൽ ഇളയകുട്ടിയെ ഉപദ്രവിച്ചേക്കാം. ഇത് അപകടകരമാണ്. ഉപദ്രവിക്കുന്നത് വീട്ടുകാർ കണ്ടുപിടിച്ച് ശാസിച്ച് മൂത്ത കുട്ടിയെ അകറ്റി നിറുത്തുകയോ ശിക്ഷാനടപടിക്കു വിധേയമാക്കുകയോ ചെയ്താൽ പ്രശ്നം വീണ്ടും ഗുരുതരമാകും.

മൂത്തകുട്ടി വീണ്ടും ഡിസ്കൗണ്ട് ചെയ്യപ്പെടുകയാണ്. അങ്ങനെ വന്നാൽ അച്ഛനമ്മമാരോടും ഇളയ കുഞ്ഞിനോടും കുട്ടിക്കു വൈരാഗ്യം കൂടുതൽ ഉണ്ടാകാം. അതു തീരുമാനമായി തലച്ചോറിൽ രേഖപ്പെടുത്തുകയും ചെയ്യും. എന്നെ ആർക്കുംവേണ്ട, ഞാൻ ചീത്തയാണ് എന്നിങ്ങനെയുള്ള ഒരു അധഃസ്ഥിത മനോഭാവമോ, ആ രീതിയിലുള്ള ഒരു വിശ്വാസമോ കുട്ടിയിൽ ഉണ്ടാകും. ഈ വിശ്വാസമാണ് നിന്നെയൊക്കെ ഞാൻ കാണിച്ചു തരാം എന്ന രീതിയിൽ ഒരു പ്രതികാര തീരുമാനം സ്ക്രിപ്റ്റ് ചെയ്യപ്പെടാൻ ഇടയാക്കുന്നത്. ഇങ്ങനെയുള്ള അവഗണനയ്ക്കു പാത്രമായ മൂത്തകുട്ടി ഇളയതിന്റെ ജീവനെടുത്ത ഒരു വാർത്ത ഈയിടെ കേൾക്കുകയുണ്ടായി. അറിഞ്ഞുകൊണ്ടല്ലെങ്കിൽപോലും ഇങ്ങനെയുള്ള അവഗണന കുഞ്ഞുങ്ങളുടെ ഭാവിക്ക് ഒട്ടും ഗുണകരമല്ല. ഇതിനെ തടയിടാൻ എന്താണൊരു മാർഗ്ഗം ആർക്കു പറയാം? ഞാൻ പേരെടുത്തു വിളിക്കണോ?

വേണ്ടാ എന്നു പറഞ്ഞുകൊണ്ട് സോമവല്ലി എഴുന്നേറ്റു.

'ഒരേയൊരു മാർഗ്ഗമേയുള്ളു ടീച്ചർ. ഇളയതിനെ താലോലിക്കുമ്പോൾ, ഒട്ടും ഡിസ്കൗണ്ട് ചെയ്യുന്നില്ല എന്നു തോന്നുംവിധത്തിൽ മൂത്തതിനെകൂടി ഞാനെന്റെ അടുത്തു നിർത്തും. എന്നിട്ട് അതിനേയും എന്തെങ്കിലും കഥപറഞ്ഞു സന്തോഷിപ്പിക്കും'

നൂറു ശതമാനം ശരിയാണ് സോമവല്ലിക്ക് മക്കളെത്രയാണ്?

രണ്ടു പേരുണ്ട് ടീച്ചർ.

ഇന്നത്തെ ക്ലാസ്സിവിടെ അവസാനിക്കുന്നതിനു മുമ്പായി ഉപസംഹാരമായി പറയാനുള്ളതെന്തെന്നാൽ

1) ആറുവയസ്സിനുള്ളിൽ കുഞ്ഞുങ്ങളുടെ തലച്ചോറിൽ അവരറിയാതെതന്നെ രേഖപ്പെടുത്തുന്ന തീരുമാനങ്ങൾ മാത്രമാണ് സ്ക്രിപ്റ്റ് ആയി മാറുന്നത്.

2) ആറു വയസ്സിനു ശേഷം ജീവിതത്തിൽ പലരും പലപ്പോഴും തീരുമാനങ്ങൾ എടുക്കാറുണ്ടെങ്കിലും അവയൊന്നും സ്ക്രിപ്റ്റ് ആയി മാറുന്നില്ല.

3) ഒരിക്കൽ തീരുമാനിച്ചു കഴിഞ്ഞിട്ട് അതിൽ നിന്നും മാറാൻ കഴിയാത്തവയാണ് സ്ക്രിപ്റ്റ് എന്നു പറയുന്നത്.

4) മരിക്കണം മരിക്കണമെന്ന് പറഞ്ഞുനടക്കുന്ന ചിലർ ഒടുവിൽ

ആത്മഹത്യയിൽ അഭയം പ്രാപിക്കാറുണ്ട്. ഇങ്ങനെയുള്ള ആത്മഹത്യാ പ്രവണതകൾ ആറു വയസ്സിനു മുമ്പെടുത്ത തീരുമാനങ്ങളുടെ ആവിഷ്ക്കാരമായിരിക്കുമെന്നാണ് ഇതേപ്പറ്റി ആശയവിനിമയ വിശകലന മനഃശാസ്ത്രം (Transactional Analysis psychology) പറയുന്നത്. എന്നാൽ ഈ തീരുമാനങ്ങളെപ്പറ്റി കുട്ടിക്ക് അറിവുണ്ടാകണമെന്നില്ല.

5) ഇളംപ്രായത്തിൽ സ്ക്രിപ്റ്റ് ചെയ്യപ്പെട്ടവയാണ് ഭാവിജീവിതത്തിൽ നമ്മൾ നടപ്പാക്കുന്നത്.

പാരമ്പര്യത്തിന്റെ സ്വാധീനം

ഒരു കുഞ്ഞ് തന്റെ അനുഭവങ്ങളിൽ നിന്നും തീരുമാനങ്ങളെടുക്കുമെന്നും അതു തലച്ചോറിൽ രേഖപ്പെടുത്തുമെന്നും അതാണ് കുഞ്ഞിന്റെ തലവര അഥവാ ഭാവിജീവിതത്തിന്റെ സ്ക്രിപ്റ്റെന്നും കഴിഞ്ഞ ക്ലാസിൽ പറഞ്ഞിരുന്നത് ഓർക്കുമല്ലോ.

ഈ തലവര കുഞ്ഞിന്റെ തലയിൽ എങ്ങനെയാണ് രൂപംകൊള്ളുന്നത്? ആരാണ് ഇതിനുത്തരവാദികൾ?എന്നീ ചോദ്യങ്ങൾക്ക് ഉത്തരം തേടുമ്പോൾ അതു മറ്റാരുമല്ല മുതിർന്നവർ തന്നെയാണെന്നു മനസ്സിലാകും. പക്ഷേ, തങ്ങളാണു കുഞ്ഞുങ്ങളുടെ തലവരയ്ക്കു കാരണക്കാരാകുന്നതെന്ന് ഈ മുതിർന്നവർ അറിയുന്നില്ല. അതിനിടയാക്കുന്ന കാര്യങ്ങളെപ്പറ്റിയും സാഹചര്യങ്ങളെപ്പറ്റിയുമെല്ലാം കഴിഞ്ഞ ക്ലാസ്സുകളിൽ പറഞ്ഞിട്ടുള്ളതാണ്. എന്നാൽ അതിനെല്ലാം പുറമേ പാരമ്പര്യത്തിന്റെ സ്വാധീനം (ജനറ്റിക് ഇൻഫ്ളുവൻസ്) മൂലം ജന്മസിദ്ധമായി ലഭിക്കുന്ന ചില സ്ക്രിപ്റ്റുകൾ കൂടി ഉണ്ട് .

വൃക്ഷങ്ങളിൽ നിന്ന് ശേഖരിക്കുന്ന വിത്തുകൾ മുളച്ചു വരുമ്പോൾ എല്ലാം ഒന്നുപോലെ മാതൃവൃക്ഷത്തിന്റെ ഗുണവിശേഷങ്ങൾ കാട്ടണമെന്നില്ല. അതുപോലെയാണ് മനുഷ്യരിൽ കാണുന്ന ഈ പാരമ്പര്യ സ്വാധീനവും. അതുകൊണ്ടാണ് ഒരേ വീട്ടിലെ രണ്ടു കുട്ടികൾ ഒരേ സാഹചര്യത്തിൽ വളർന്നുവന്നവരാണെങ്കിൽ പോലും വ്യത്യസ്ത അഭിരുചികൾ ഉള്ളവരായി പലപ്പോഴും കാണുന്നത്. പാരമ്പര്യമായി ലഭിച്ചതും ജീവിതാനുഭവങ്ങളിൽ നിന്ന് ലഭിച്ചതുമായ സ്ക്രിപ്റ്റുകളുടെ ആകെത്തുകയാണ് ഒരാളുടെ ജീവിതത്തിന്റെ രൂപരേഖ.

ഞാൻ മുമ്പൊരു ക്ലാസ്സിൽ കൊല്ലത്തുള്ള മാമന്റെ കാര്യം പറഞ്ഞതോർമ്മയുണ്ടല്ലോ. അവിടെ രണ്ടു കുട്ടികളുണ്ട്. ഒരേ സാഹ

ചര്യത്തിലാണ് അവർ രണ്ടുപേരും വളരുന്നത്. ഒരേ കാര്യങ്ങളാണ് അവർക്കു പറഞ്ഞുകൊടുക്കുന്നത്. അവരുടെ അച്ഛൻ എല്ലാ കാര്യവും അടുക്കുംചിട്ടയുമായി ചെയ്യുന്ന ആളാണ്. ഈ മക്കളിലൊരാൾ കളിസ്ഥലത്ത് അഴിച്ചുവച്ച വസ്ത്രങ്ങൾപോലും അവിടെ മറന്നുവച്ചിട്ടു വരും. വീട്ടിൽവന്നാൽ പഠിക്കുന്ന പുസ്തകങ്ങൾ പല സ്ഥലത്തായി കൊണ്ടുവയ്ക്കും. പിന്നീട് അതിനെ തപ്പിനടക്കും. മറ്റേ കുട്ടി സ്കൂളിൽനിന്നു വന്നാലുടനേ ചെരിപ്പും വസ്ത്രങ്ങളുമെല്ലാം അതാതു സ്ഥാനത്തു തന്നെ അഴിച്ചു വയ്ക്കും. പുസ്തകങ്ങൾ പേരെഴുതി പ്രത്യേക സ്ഥലത്തുതന്നെ സൂക്ഷിക്കും. പെരുമാറ്റങ്ങളിൽ കാണുന്ന നല്ലതും ചീത്തയുമായ ഈ വ്യത്യാസങ്ങൾ പാരമ്പര്യത്തിന്റെ സ്വാധീനമാണ്. ഒരാൾക്കു മാത്രം അച്ഛന്റെ കൃത്യനിഷ്ഠ പാരമ്പര്യമായി പകർന്നുകിട്ടി. മറ്റേ ആൾക്ക് അതു കിട്ടിയില്ല.

അച്ഛനുമമ്മയും പാട്ടുകാരാണെങ്കിലും അവരുടെ മക്കൾ എല്ലാവരും ഗായകർ ആകണമെന്നില്ല, ആയിക്കൂടാ എന്നുമില്ല. പാട്ടിന്റെ കാര്യത്തിൽ പാരമ്പര്യസ്വാധീനമുള്ള ഒരാളും അങ്ങനെ പാരമ്പര്യമൊന്നും ഇല്ലാത്ത മറ്റൊരാളും ഒന്നുപോലെ പാട്ടുപഠിക്കാൻ തുടങ്ങിയാൽ പാരമ്പര്യത്തിന്റെ പിൻബലം ഉള്ളയാൾ അതിവേഗം പഠനത്തിൽ പുരോഗമിക്കും. അതാണു ജനറ്റിക് ഇൻഫ്ളുവൻസിന്റെ (ബേസിക് കെമിസ്ട്രി) പ്രത്യേകതയും സ്വാധീനവും.

മക്കളുടെ ബേസിക് കെമിസ്ട്രി എന്താണെന്നു തിരിച്ചറിഞ്ഞ് ആ വഴിക്ക് അവരെ കൈ പിടിച്ചു നടത്തുന്ന അച്ഛനമ്മമാരാണ് യഥാർത്ഥത്തിൽ കുഞ്ഞുങ്ങളുടെ അഭ്യുദയകാംക്ഷികൾ. ഒരേ അച്ഛനമ്മമാരുടെ മക്കളാണെങ്കിലും അവരുടെ ജനറ്റിക് ഇൻഫ്ളുവൻസ് വ്യത്യാസപ്പെട്ടിരിക്കാം. അതു കൊണ്ടു തന്നെ കുട്ടികളുടെ അഭിരുചീവ്യത്യാസത്തിന്റെ പേരിൽ അവരെ താരതമ്യപ്പെടുത്തിക്കൊണ്ട് കുറ്റം പറയാൻ പാടില്ല.

മക്കളുടെ അഭിരുചി അറിയാതെ അവരെ തങ്ങളുടെ ആഗ്രഹപൂർത്തീകരണത്തിനായി എൻജിനീയറായും ഡോക്ടറായും മാറ്റാൻ വേണ്ടി സമയവും പണവും ചെലവഴിച്ച് ഫലം കാണാതെ നിരാശരാകുന്ന അച്ഛനമ്മമാർ ഇന്നേറെയുണ്ട്. അതേപോലെ, മാതാപിതാക്കളുടെ ആഗ്രഹത്തിനനുസരിച്ച് പഠിക്കാൻ പുറപ്പെട്ടിട്ട് പഠനത്തിൽ വിജയമോ വേണ്ടത്രപുരോഗതിയോ നിലനിർത്താൻ കഴിയാതെവന്നതിന്റെ നിരാശയിൽ ആത്മഹത്യയെ അഭയം പ്രാപിച്ച മക്കളുടെ കഥകളും ഏറെ കേൾക്കുന്നുണ്ട്.

ശരി തെറ്റുകളുടെ വ്യാഖ്യാനം

ഞാൻ ശരിയല്ല നിങ്ങളാണു ശരി (I am not ok, you are ok)

നിരന്തരമായി നെഗറ്റീവ് സ്ട്രോക്കു ലഭിക്കുന്ന ഒരാൾക്ക് ക്രമേണ താൻ ശരിയല്ല എന്നൊരു തോന്നലുണ്ടായിത്തുടങ്ങും. അർദ്ധരാത്രിയിൽ ഉണർന്നു കരഞ്ഞുകൊണ്ട് അമ്മയുടെ ഉറക്കം കെടുത്തുന്ന കുഞ്ഞിനോട് ഒന്നുറങ്ങാൻ സമ്മതിക്കാത്ത ഈ നാശത്തിനെ തല്ലിക്കൊല്ലണം എന്നു പറയുന്ന അമ്മ യഥാർത്ഥ ത്തിൽ എന്താണു ചെയ്യുന്നത്? കുഞ്ഞിന്റെ മനസ്സിൽ ഭയമെന്ന നെഗറ്റീവ് സ്ട്രോക്ക് കുത്തി വയ്ക്കുകയാണ്. ഞാനൊരു നാശ മാണ്, ചീത്തയാണ്, എന്നെ ഒന്നിനും കൊള്ളൂല്ല എന്നെല്ലാമു ള്ളൊരു വിശ്വാസം കുഞ്ഞിനെക്കൊണ്ട് ഒരു തീരുമാനം എടു പ്പിക്കും. അതാണ് 'അയാം നോട്ട് ഓക്കെ' I am not ok(ഞാൻ ശരിയല്ല).

നിരന്തരമായി ലഭിക്കുന്ന നെഗറ്റീവ് സ്ട്രോക്കുകളിൽ നിന്നാണ് ഇങ്ങനെയുള്ള 'അയാം നോട്ട് ഓക്കെ' തീരുമാനം ഉണ്ടാകുന്നത്. എന്നെ ഒന്നിനും കൊള്ളൂല്ല എന്ന സ്ക്രിപ്റ്റ് ഉറച്ചുപോയാൽ വളർ ന്നുവരുമ്പോൾ ഇവർ പൊതുഇടങ്ങളിൽനിന്നും ഉൾവലിയു കയോ ചിലപ്പോൾ ആത്മഹത്യയെ അഭയം പ്രാപിക്കുകയോ ചെയ് തേക്കാം.

ഒരിക്കൽ ഒരു വീട്ടിൽ അച്ഛനും അമ്മയും കൂടി പച്ചക്കറി കൃഷി യുടെ ഭാഗമായി പാകിക്കിളിർപ്പിച്ചിരുന്ന വഴുതനത്തൈകൾ പറിച്ചു നട്ടു വെള്ളംഒഴിക്കുകയായിരുന്നു. അന്നു ഞായറാഴ്ച ആയിരുന്ന തിനാൽ എൽ.കെ.ജിയിലും ഒന്നാം ക്ലാസ്സിലും പഠിക്കുന്ന അവരുടെ രണ്ടു കുഞ്ഞുമക്കളും ഒപ്പമുണ്ടായിരുന്നു. അച്ഛനമ്മമാർ ദിവസവും അതിനു വെള്ളമൊഴിച്ചു ശുശ്രൂഷിച്ചുപോന്നു. ഏതാനും ദിവസ

ങ്ങൾ കഴിഞ്ഞ് ഒരുനാൾ വൈകിട്ട് വെള്ളമൊഴിക്കാൻ അമ്മയെ ത്തുമ്പോൾ തൈകൾ ഒന്നും കാണുന്നില്ല. അന്വേഷിച്ചുചെന്ന പ്പോൾ രണ്ടു മക്കളുംകൂടിച്ചേർന്ന് വഴുതനത്തൈകൾ മുഴുവനും പിഴുതെടുത്ത് മറ്റൊരിടത്തു കുഴിച്ചുവെച്ചു വെള്ളമൊഴിക്കുന്ന കാഴ്ചയാണ് കാണുന്നത്. സങ്കടവും ദേഷ്യവും സഹിക്കാതായ അമ്മ അടുത്തുനിന്ന തൈത്തെങ്ങിന്റെ ഓലയിൽ നിന്നും ഏതാനും ഈർക്കിൽ ഉരിഞ്ഞെടുത്തു. മുടിപ്പിക്കാൻ ഉണ്ടായ നാശങ്ങൾ എന്നു പറഞ്ഞുകൊണ്ടുള്ള അടിയാണ് പിന്നെ നടന്നത്.

'ഒരു വസ്തു മണ്ണിൽ വേരു പിടിക്കാൻ സമ്മതിക്കത്തില്ല ഇതു ങ്ങൾ. ഇതിനൊന്നു വേരുപിടിച്ചിട്ട് അഞ്ചാറു വഴുതനങ്ങ ഉണ്ടായി ക്കാണാൻ കൊതിയാ. നിനക്കൊക്കെ തിന്നാൻ വേണ്ടിയല്ലേ ഞങ്ങളിതൊക്കെ ഉണ്ടാക്കുന്നത്'.

അമ്മയുടെ ശാപവും ശകാരവുമെല്ലാം തുടർന്നു കൊണ്ടേയി രുന്നു. അടികൊണ്ട രണ്ടുപേരും ഓടി അച്ഛന്റെ മുന്നിലെത്തി.

'പോട്ടെ മക്കളെ, അച്ഛൻ തടവിത്തരാം' രണ്ടുപേരേയും ചേർ ത്തുപിടിച്ചുകൊണ്ടച്ഛൻ പറഞ്ഞു.

'അമ്മ കഷ്ടപ്പെട്ടു ദിവസവും വെള്ളം കോരി വളർത്തിക്കൊണ്ടു വരുന്നതെന്തിനാണെന്നറിയുമോ? അതിൽ വഴുതനങ്ങ ഉണ്ടാകാ നാണ്. ഇങ്ങനെ പിഴുതു മാറ്റിവച്ചാൽ വഴുതനങ്ങാ ഉണ്ടാകില്ല മക്കളേ. അതിൽ വഴുതനങ്ങാ ഉണ്ടായാൽ അമ്മ അതെടുത്ത് കത്തിരിക്കാ സാമ്പാർ ഉണ്ടാക്കും. പിന്നെ നമ്മളെല്ലാവരും ചേർന്നിരുന്ന് അതു കൂട്ടി ഊണുകഴിക്കും. കേട്ടിരുന്ന ഇളയ കുഞ്ഞിന്റെ മുഖത്ത് ഏതോ ഒരു ചിന്തയുടെ നിഴൽ പരന്നു. അച്ഛൻ പറഞ്ഞതു ശരിയായി രിക്കും. വഴുതനങ്ങ ഉണ്ടാകണമെങ്കിൽ ചെടി ഇളക്കി മാറ്ററുത്. ഞാൻ ചെയ്തത് തെറ്റായിരിക്കും. എന്നിങ്ങനെ പോകുന്നു ആ ചിന്തകൾ. അതായത് ഞാൻ ശരിയല്ല അമ്മയാണു ശരി എന്ന തോന്നൽ. ഇതിനെയാണ് 'I am not ok , you are ok' (ഞാൻ ശരിയല്ല നിങ്ങളാണ് ശരി) എന്നു പറയുന്നത്.

ഞാനാണ് ശരി നിങ്ങൾ ശരിയല്ല (I am ok you are not ok)

'അച്ഛനുമമ്മയും വഴുതനത്തൈ പറിച്ചുനട്ടു. അതുപോലേ ഞാനും പറിച്ചു നട്ടു, അത്രേയുള്ളു. എന്നിട്ടെനിക്കു വഴക്ക്. അവർ ചെയ്തതല്ലേ ഞാനും ചെയ്തുള്ളു. അതിനെന്തിനാ അമ്മ എന്നെ വഴക്കു പറഞ്ഞിട്ട് അടിക്കുന്നത്. ഈ അമ്മ ശരിയല്ല' എന്നിങ്ങ

നെയാണ് മൂത്ത കുട്ടിയുടെ ചിന്താഗതിയെങ്കിലോ? ഇതിനെയാണ് 'I am ok, you are not ok' (ഞാനാണ് ശരി നിങ്ങൾ ശരിയല്ല) എന്നു പറയുന്നത്. വഴക്കു പറയുകയും അടിക്കുകയും ചെയ്ത അമ്മയോട് ഈ കുട്ടിക്ക്, വൈരാഗ്യം ഉണ്ടാകാം. പകരം ചോദിക്കണമെന്ന് തോന്നാം. ഇങ്ങനെയുള്ള അനുഭവങ്ങൾക്ക് സ്ഥിരമായി വിധേയ രാകുന്ന കുട്ടികൾ, അതായത്, I am ok, you are not ok എന്ന വിഭാഗ ക്കാർ, ഭാവിയിൽ ഗുണ്ടകളോ ആക്രമണകാരികളോ ആയേക്കാം.

ഞാൻ ചീത്ത, മറ്റുള്ളവർ നല്ലത്, അല്ലെങ്കിൽ ഞാൻ നല്ലത് മറ്റു ള്ളവർ ചീത്ത എന്ന രീതിയിൽ ഒരു കുഞ്ഞിന്റെ തലയിൽ തീരുമാനം രജിസ്റ്റർ ചെയ്യപ്പെടുന്നതിന്റെ കാരണക്കാർ ആരാണ് ?

നമ്മൾ മുതിർന്നവർതന്നെ, അല്ലാതാര്. താൻ നട്ടുനനച്ച വഴു തനയുടെ തൈ പിഴുതു മറ്റൊരിടത്തു കുഴിച്ചുവച്ച കുഞ്ഞിനെ തല്ലുകൊടുത്തു ശിക്ഷിക്കുമ്പോൾ, കൊച്ചുകുഞ്ഞുങ്ങൾ അനു കരണ ശീലമുള്ളവരാണെന്ന കാര്യം ആ അമ്മ മറന്നുപോയി. അച്ഛനും അമ്മയുംകൂടി വഴുതന തൈകൾ പറിച്ചു നടുന്നത് നിരീ ക്ഷിച്ചിരുന്ന കുട്ടികൾ അത് അനുകരിക്കുകയാണുണ്ടായത്.

മാതാപിതാക്കളുടേയും മറ്റു മുതിർന്നവരുടേയും പ്രവൃത്തികൾ എപ്പോഴും കുട്ടികളുടെ നിരീക്ഷണത്തിലാണെന്നും അവർ അനു കരണപ്രിയരാണെന്നും ഓർക്കുക.

ഒരിക്കൽ ഞാൻ ഒരു സുഹൃത്തിന്റെ വീട്ടിൽ ചെന്നപ്പോൾ കേൾക്കാനിടയായ ഒരുകാര്യം പറയാം. അവിടത്തെ ഗൃഹനാഥൻ എന്നോടൊപ്പം കോളേജിൽ പഠിച്ച ആളായിരുന്നു. കാറപകട ത്തിൽ പെട്ട് കാലിലും കൈയ്യിലുമെല്ലാം പ്ലാസ്റ്ററിട്ടു കിടക്കുന്ന അദ്ദേഹവുമായി ഞാൻ സംസാരിച്ചിരിക്കുമ്പോൾ അദ്ദേഹത്തി ന്റെ ഭാര്യയും അടുത്തുണ്ടായിരുന്നു. ഞങ്ങളുടെ സംസാരം കേട്ടി ട്ടായിരിക്കും അകത്തെ മുറിയുടെ വാതിലിനു പിന്നിൽ പാതി മറ ഞ്ഞുനിന്നുകൊണ്ട് നാലഞ്ച് വയസ്സുള്ള ഒരു പെൺകുട്ടി എത്തി നോക്കി. ഞാനതിനെ വിളിച്ചു:

'വാ മോളേ'

ഞാൻ കുഞ്ഞിനെ വിളിക്കുന്ന അതേസമയംതന്നെ എന്റെ അടുത്തുനിന്ന കുഞ്ഞിന്റെ അമ്മ പറയുകയാണ് 'അവൾ വലിയ നാണക്കാരിയാണ് ആരുടെ അടുത്തും പോവില്ല, എന്നാലവളുടെ ചേച്ചി അങ്ങനെയൊന്നുമല്ല ആരുടെ അടുത്തും പോകും. അവളെ എല്ലാവർക്കും വലിയകാര്യവുമാണ്'.

ആ കൊച്ചുകുഞ്ഞിന്റെ മനസ്സിൽ അപ്പോൾ എന്തായിരിക്കും കുറിച്ചിടുന്നത്? ചേച്ചിയെ എല്ലാവർക്കും ഇഷ്ടമാണ്, ഞാൻ നാണക്കാരി, ഞാൻ ചീത്ത, അതുകൊണ്ട് എന്നെ ആർക്കും ഇഷ്ടമല്ല, ഇതല്ലേ ആ കുഞ്ഞിന്റെ ഉള്ളിൽ രേഖപ്പെടുത്തുന്നത്? ആ വീട്ടിൽ ഞാൻ ചെന്നതുപോലെതന്നെ മറ്റു പലരും സന്ദർശകരായി അവിടെ വരുന്നുണ്ടാകാം. അവരുടെയെല്ലാം മുന്നിൽവച്ചും ഈ കുഞ്ഞ് ഇങ്ങനെ കേൾക്കുന്നുണ്ടാകാം. അങ്ങനെയെങ്കിൽ I am not ok എന്നത് അതിന്റെ തലയിൽ ആഴത്തിൽ രജിസ്റ്റർ ചെയ്തു കഴിഞ്ഞിരിക്കാം. ഞാൻ ചീത്തയാണ്, നാണക്കാരിയാണ്, മറ്റുള്ളവർക്ക് ഇഷ്ടമില്ലാത്തവളാണ് എന്നെല്ലാം നിരന്തരം കുഞ്ഞ് തന്റെ ഉള്ളിൽ നിന്നും കേട്ടുകൊണ്ടേയിരിക്കും. ഇത്തരം കുട്ടികൾ വളർന്നുവരുമ്പോൾ പൊതു ഇടങ്ങളിൽ നിന്നും ഉൾവലിയുന്ന പ്രകൃതക്കാരാകാം മറ്റുള്ളവരെ അഭിമുഖീകരിക്കാൻ ആത്മവിശ്വാസം ഇല്ലാത്തവരുമാകാം. ഒരുപക്ഷേ വിഷാദരോഗങ്ങൾക്ക് അടിമപ്പെടുകയോ ചിലപ്പോൾ ആത്മഹത്യാപ്രവണത കാണിക്കുകയോ ചെയ്തെന്നും വരാം.

മറ്റു ചിലരുണ്ട് കുഞ്ഞുങ്ങളുടെ നിറവ്യത്യാസത്തെ ഒരു കുറവായി കണ്ടുകൊണ്ട് സംസാരിക്കുന്നവർ. അവർ യാതൊരു മര്യാദയും ഇല്ലാതെ കുഞ്ഞിന്റെ സാന്നിധ്യത്തിൽ അതിന്റെ അച്ഛനമ്മമാരോടു ചോദിക്കും.

'അയ്യോ,നിങ്ങൾ രണ്ടാളും നല്ല വെളുപ്പല്ലേ എന്നിട്ടും ഈ കുഞ്ഞിനെന്താ കറുത്ത നിറം'

കേട്ടുനിൽക്കുന്ന കുഞ്ഞിന്റെ മനസ്സിൽ എന്തായിരിക്കും ചിന്ത?

കറുപ്പു നിറത്തിനെന്തോ കുറവുണ്ട് അതുകൊണ്ടല്ലേ അവർ അങ്ങനെ ചോദിച്ചതു് . ഞാൻ കറുത്തതായതിനാൽ മറ്റുള്ളവർക്ക് എന്നെ ഇഷ്ടമല്ലായിരിക്കും, ഞാൻ കൊള്ളൂല്ല എന്നെല്ലാമായിരിക്കും ആ കുഞ്ഞിന്റെ തലയിൽ രേഖപ്പെടുത്തുന്നത്.

ഹൈസ്കൂൾ ക്ലാസ്സുകളിൽ പഠിക്കുന്ന കാലത്ത് ഞാനും അടുത്ത വീട്ടിലെ മറ്റൊരു ശോഭയും കൂട്ടുകാരായിരുന്നു. എന്റെ നിറത്തേക്കാൾ അൽപ്പംകൂടി കറുപ്പായിരുന്നു കൂട്ടുകാരി ശോഭയ്ക്ക്. ഞങ്ങൾ സ്കൂളിലേക്ക് പോകുന്ന വഴിയിൽ മറ്റൊരു കൂട്ടുകാരിയും ഉണ്ടായിരുന്നു പേര് വാസന്തി.

വാസന്തിയുടെ വീട്ടിലെത്തുമ്പോൾ അവിടുത്തെ അമ്മ ഞങ്ങൾ രണ്ടു ശോഭമാരെപ്പറ്റി പറയേണ്ടിവരുന്ന സന്ദർഭങ്ങ

ളിലെല്ലാം കറുത്ത ശോഭ എന്നും വെളുത്ത ശോഭ എന്നും വിശേഷിപ്പിച്ചിരുന്നു. ആ അമ്മയ്ക്ക് ഞങ്ങൾ രണ്ടു ശോഭമാരുടെയും അച്ഛനമ്മമാരുടെ പേരും വീട്ടുപേരുമെല്ലാം അറിയാമായിരുന്നെങ്കിലും ഞങ്ങളെ പരാമർശിച്ചു പറയേണ്ടി വരുമ്പോഴെല്ലാം അവർ ഞങ്ങളുടെ നിറം ചേർത്തായിരുന്നു പറഞ്ഞിരുന്നത്. ഇത് എന്നും ഞങ്ങൾക്ക് മനോവിഷമം ഉണ്ടാക്കുന്ന കാര്യമായിരുന്നു.

എന്താണ് ഇവർ ഇങ്ങനെയെന്ന് ഞാൻ പലപ്പോഴും ചിന്തിച്ചിട്ടുണ്ട്. ഒടുവിൽ ഒരു കാര്യം മനസ്സിലായി. കാഴ്ചയില്ലാത്ത ഗോപാലനെ പൊട്ടക്കണ്ണൻ ഗോപാലനെന്നും കാൽസ്വാധീനമില്ലാത്ത കേശവനെ ഞൊണ്ടിക്കേശവനെന്നും മൂക്കു പതുങ്ങിയ ശങ്കരിയെ പതിമൂക്കിച്ചങ്കരിയെന്നുംമറ്റും വിളിക്കുന്നത് അവരുടെ കുറ്റമല്ല, പാരമ്പര്യമായി പകർന്നുകിട്ടിയ വികലമായൊരു ശീലമാണത്. അതു പലപ്പോഴും നാടിന്റെ ശീലമായിത്തീരുന്നു. ഒരു കളിയാക്കൽ പേര് നാട്ടുകാരിൽനിന്നും ഒരാളിന് കിട്ടിക്കഴിഞ്ഞാൽ അതു പിന്നീട് പിന്മുറക്കാർക്കും ചാർത്തിക്കൊടുക്കുന്നത് ചില നാടിന്റെ പാരമ്പര്യമാണ്.

ഇതുപോലെയുള്ള പുഴുക്കുത്തുകൾ മനുഷ്യർക്കു മാത്രമല്ല, ചില ഭരണസംവിധാനങ്ങളുടെ പാഠ്യപദ്ധതിയിൽപോലും കടന്നുകൂടിയതായി കാണുന്നു. അത് അറിയാതെ സംഭവിച്ചതാണെങ്കിൽപോലും അവ മനുഷ്യമനസ്സുകളെ I am not ok എന്ന ചിന്താഗതിയിലേക്ക് എത്തിക്കുവാൻ ഉപകരിക്കുന്നതാണ്.

ഒരിടത്ത് താഴ്ന്ന ക്ലാസ്സുകളിൽ ഇംഗ്ലീഷ് പഠിപ്പിക്കുന്ന പുസ്തകത്തിൽ കൊടുത്തിരിക്കുന്ന രണ്ടു പടങ്ങൾ സോഷ്യൽ മീഡിയായിലൂടെ കണ്ടതായി ഓർക്കുന്നു. അതു മറ്റൊന്നുമല്ല ബ്യൂട്ടിഫുൾ എന്ന ഇംഗ്ലീഷ് വാക്കിനടുത്ത് സുന്ദരിയായ, തെളിഞ്ഞ നിറമുള്ള ഒരു പെൺകുട്ടിയുടെ പടവും ബ്യൂട്ടിഫുളിന്റെ എതിർവാക്കായ അഗ്ലി എന്ന വാക്കിനടുത്ത് ഒരു കറുത്ത പെൺകുട്ടിയുടെ പടവും ആയിരുന്നു. ഈ പുസ്തകം പഠിക്കുന്ന ഒരു കറുത്ത പെൺകുട്ടിക്ക് എന്താണ് മനസ്സിൽ ഉണ്ടാകുന്ന വികാരം?

ഞാൻ കറുത്തതായതിനാൽ അഗ്ലി ആണ്. പരിണതഫലമോ? ആ കുട്ടിയുടെ മനസ്സിൽ 'അയാം നോട്ട് ഓക്കേ' എന്ന ചിന്തകയറിക്കൂടും ഞാൻ വൃത്തികെട്ടവളാണ് എന്നു തലച്ചോറിൽ രജിസ്റ്റർ ചെയ്തിരിക്കും, ഉറപ്പാണ്.

മറ്റൊരിടത്തെ പാഠ്യപദ്ധതിയിൽപെട്ട ഒരു പുസ്തകത്തിൽ പറയുന്നത് വേറൊരുകാര്യമാണ്. സ്ത്രീധനത്തെ പറ്റിയുള്ള ആ പാഠത്തിൽ സ്ത്രീധനം എന്താണെന്നും അതു കൊടുക്കേണ്ടി വരുന്ന സാഹചര്യത്തെ പറ്റിയും പറയുന്നുണ്ട്. പെണ്ണ് നിറമില്ലാത്തതോ വിരൂപിയോ വികലാംഗയോ ആകുമ്പോഴാണ് സ്ത്രീധനം കൂടുതൽ കൊടുക്കേണ്ടിവരുന്നതെന്ന അർത്ഥത്തിലാണ് അതിലെ വിശദീകരണം. ഇതും സോഷ്യൽ മീഡിയയിൽ നിന്നും കിട്ടിയ വിവരമാണ്. അവയുടെ ആധികാരികതയെ പറ്റി ഉറപ്പൊന്നുമില്ലെങ്കിലും ഈ പുസ്തകം വായിച്ചു പഠിക്കുന്ന കറുത്തതോ വികലാംഗയോ ആയ ഒരു പെൺകുട്ടിക്ക് എന്താണ് തോന്നുക?

എന്നെ വിവാഹം കഴിപ്പിച്ചു വിടണമെങ്കിൽ വീട്ടുകാർ ധാരാളം പണം ഉണ്ടാക്കേണ്ടിവരും, അതിനായി അവർ ഏറെ കഷ്ടപ്പെടേണ്ടി വരും, അവർക്ക് ഞാനൊരു ഭാരമാണ്. അവർക്ക് ഒരധികപ്പറ്റായ ഞാനെന്തിനു ജീവിക്കണം. എന്നിങ്ങനെയുള്ള ധാരാളം അധമ ചിന്തകൾ തലയിൽ കയറും. അതിന്റെ ഫലമായി, വീട്ടുകാരെ ബുദ്ധിമുട്ടിക്കേണ്ടെന്നു കരുതി വളർന്നുവരുന്ന കുട്ടി മറ്റാരുടെയെങ്കിലും പ്രലോഭനങ്ങളിൽ പെട്ട് അവരോടൊപ്പം പോയി ദുരിത ജീവിതത്തിലാണ്ടുപോയേക്കാം. ഒരുപക്ഷേ ലക്ഷ്യമില്ലാതെ എങ്ങോട്ടെങ്കിലും പുറപ്പെട്ടുപോയി വഴിവിട്ട ജീവിതം നയിച്ചേക്കാം. ചിലപ്പോൾ വിഷാദരോഗങ്ങൾക്ക് അടിമപ്പെട്ടേക്കാം. അതിന്റെ മൂർദ്ധന്യതയിൽ ആത്മഹത്യയിൽ അഭയം കണ്ടെത്തിയെന്നും വരാം. ഇതെല്ലാം സംഭവ്യമാണ്. അങ്ങനെ സംഭവിച്ചിട്ടുമുണ്ട്.

മനുഷ്യമനസ്സുകളെ പ്രസ്താവനകൾ കൊണ്ടോ ചിത്രീകരണങ്ങൾ കൊണ്ടോ വഴി തെറ്റിക്കുന്ന രീതിയിലുള്ള പുസ്തകങ്ങൾ തയ്യാറാക്കി വിടുന്ന പ്രസാധകർക്കെതിരേ അധികൃതർ കൂടുതൽ ജാഗ്രത കാട്ടേണ്ടിയിരിക്കുന്നു. കുട്ടികളെ സേവന പ്രവൃത്തികളിൽ വ്യാപൃതരാകാൻ പ്രേരിപ്പിക്കുകയും വേദനിക്കുന്നവന്റെ കണ്ണീരൊപ്പുന്ന സാന്ത്വന പരിചരണത്തിന്റെ മഹത്വം അനുഭവിച്ചറിയാൻ അവസരമൊരുക്കുകയും ചെയ്യുന്നതായിരിക്കണം സ്കൂൾ പാഠ്യപദ്ധതികൾ. ബ്യൂട്ടിഫുൾ അഗ്ലി എന്നീ ഇംഗ്ലീഷ് വാക്കുകളുടെ അർത്ഥവ്യത്യാസം പഠിപ്പിക്കുന്നതിനായി കൊടുത്ത ചിത്രങ്ങളിലൂടെ തെറ്റായ സന്ദേശം കുട്ടികളിലെത്തുന്നതിനേപ്പറ്റി പറഞ്ഞപ്പോൾ ഇത്രയും കൂടി പറഞ്ഞു പോയതാണ്.

കുട്ടികൾ കേൾക്കേണ്ടിവരുന്ന കളിയാക്കലുകളേപ്പറ്റിയാണല്ലോ പറഞ്ഞുവന്നത്. അതുമായി ബന്ധപ്പെട്ട രണ്ടു പ്രധാന കാര്യങ്ങൾകൂടി പറഞ്ഞുകൊണ്ട് ഇന്നത്തെ ക്ലാസ്സ് അവസാനിപ്പിക്കാം.

1) നിറത്തിന്റേയോ ശാരീരിക അളവുകളുടേയോ അംഗവൈകല്യത്തിന്റേയോ സ്വഭാവത്തിന്റേയോ പേരിൽ കുട്ടികളെ കളിയാക്കാനോ മറ്റുള്ള കുട്ടികളുമായി താരതമ്യം ചെയ്യാനോ പാടില്ല.

2) മതിയായ അന്വേഷണമോ വ്യക്തമായ തെളിവുകളോ ഇല്ലാതെ കേവലം ഊഹാപോഹങ്ങളുടേയോ കേട്ടുകേൾവിയുടേയോ അടിസ്ഥാനത്തിൽ കുട്ടികളെ കുറ്റപ്പെടുത്താനും ശിക്ഷിക്കാനും പാടില്ല.

മറ്റുള്ളവരുടെ മുഖത്തുനോക്കാത്തവൾ

ഒരിക്കൽ നാട്ടിൻപുറത്തുകാരായ ഒരു ഭാര്യയും ഭർത്താവും കൂടി എന്നെ കാണാനെത്തി. അവരുടെ വിവാഹം കഴിഞ്ഞിട്ട് ഒരാഴ്ചയേ ആയുള്ളു എന്നുംമറ്റും അയാളെന്നോടു പറഞ്ഞു തുടങ്ങിയപ്പോൾ, നമ്മൾക്ക് ഓരോ ചായ കുടിച്ചിട്ടാകാം എന്നു ഞാനയാളോടു പറഞ്ഞു. ചായ കുടി കഴിഞ്ഞപ്പോൾ അയാളെ മാത്രം ഞാൻ കൺസൾട്ടിംഗ് റൂമിലേക്കു വിളിച്ചിരുത്തി. എങ്കിൽ പറഞ്ഞു തുടങ്ങാമെന്നു ഞാനയാളെ പ്രോത്സാഹിപ്പിച്ചു.

'മാഡം, കഴിഞ്ഞ ആറേഴു ദിവസങ്ങൾക്കുള്ളിൽ ഇവൾ ഒരു തവണപോലും എന്റെ മുന്നിൽവന്നു നേരേ നോക്കിയിട്ടില്ല. ഞങ്ങൾ ഫോട്ടോ എടുക്കാനായി ഇന്നലെ ടൗണിലെ സ്റ്റുഡിയോയിൽ പോയിരുന്നു. ഫോട്ടോഗ്രാഫർ എത്ര ശ്രമിച്ചിട്ടും അവൾ ക്യാമറയുടെ നേരേ നോക്കുന്നതായുള്ള ഒരു ഫോട്ടോ പോലും എടുക്കാൻ കഴിഞ്ഞില്ല'. അതു പറഞ്ഞുകൊണ്ടയാൾ സ്റ്റുഡിയോയിൽ നിന്നും കിട്ടിയ ഫോട്ടോകൾ എന്റെ നേർക്കു നീട്ടി. ഞാനതിൽ നോക്കുമ്പോൾ ആ സ്ത്രീ ക്യാമറയ്ക്കു നേരേ നോക്കുന്നതായുള്ള ഒരു ഫോട്ടോ പോലും അതിലില്ലായിരുന്നു. അയാൾ വീണ്ടും പറഞ്ഞു തുടങ്ങി.

'കല്യാണപ്പിറ്റേന്നുതന്നെ ഞങ്ങളുടെ കല്യാണാൽബം വീട്ടിൽ കിട്ടിയിരുന്നു. ആൽബം കണ്ടിട്ട് എന്റെ അനിയത്തിമാർ അന്നു പറഞ്ഞ കാര്യം ഇപ്പോഴും ഞാനോർക്കുന്നു.'ചേട്ടാ ഈ കക്ഷി ഒരു ഫോട്ടോയിലും നേരേനോക്കുന്നതായി കാണുന്നില്ല. ഏതോ ഒരു കള്ളലക്ഷണം ഉള്ളതുപോലെ'. പോടീ കുശുമ്പികളെ, അതു ഫോട്ടോഗ്രാഫറുടെ കുഴപ്പമായിരിക്കുമെന്നു ഞാനും പറഞ്ഞു. പെണ്ണുകാണാൻ ചെന്നപ്പോൾ അവളെന്റെ മുഖത്തു നോക്കാതിരുന്നത്

നാണം കൊണ്ടായിരിക്കുമെന്നാണ് അന്നെനിക്കു തോന്നിയത്. പക്ഷേ, സ്റ്റുഡിയോയിൽ ഇന്നലെ ഉണ്ടായ അനുഭവം കൂടി ആയപ്പോൾ ഞാനിതവളോടു ചോദിച്ചു. കരയുകയല്ലാതെ മറുപടിയൊന്നും പറഞ്ഞില്ല. അവൾക്കെന്തോ കുഴപ്പമുണ്ടെന്നെനിക്കു തോന്നുന്നു. അതാണ് ഞങ്ങളിവിടെ എത്താൻ കാരണം. അയാൾ തന്റെ കയ്യിൽ കരുതിയിരുന്ന കല്യാണാൽബം എന്റെ നേരേ നീട്ടി. ഞാനതു പരിശോധിച്ചു. ശരിയാണയാൾ പറഞ്ഞത്. അവൾ ക്യാമറയിലേക്കു നോക്കുന്നതായുള്ള ഒരു ഫോട്ടോപോലും ആൽബത്തിലില്ലായിരുന്നു. എന്താണിതെന്നറിയാൻ എനിക്കും ഒരാകാംക്ഷ. അദ്ദേഹത്തെ പുറത്തിരിക്കാൻ അനുവദിച്ചിട്ട് ഭാര്യയെ അകത്തേക്കു വിളിപ്പിച്ചു. കാര്യങ്ങൾ ഓരോന്നോരോന്നായി ചോദിച്ചു. സ്കൂൾ ജീവിത കാലത്തേകുറിച്ചായപ്പോൾ പെട്ടെന്നവർ മൂകയായി. ഈ സമയമെല്ലാം അവരുടെ സംസാരം മറ്റെവിടെയൊക്കെയോ മാറി മാറി നോക്കിക്കൊണ്ടായിരുന്നു. സ്കൂൾ ജീവിതകാലത്തേകുറിച്ചു പറയാൻ വീണ്ടും നിർബ്ബന്ധിച്ചപ്പോൾ അവരെന്നെ കോങ്കണ്ണിയെന്നു വിളിച്ചെന്നു മാത്രം പറഞ്ഞു. വീണ്ടും മിണ്ടാട്ടമില്ലാതായി.

പിന്നീടുള്ള ചോദ്യങ്ങളിലൂടെ, രണ്ടാം ക്ലാസിൽ പഠിക്കുമ്പോൾ കൂട്ടുകാർ സംഘമായി ചേർന്ന് നിരന്തരം ഇവരെ ദേഹോപദ്രവം ഏൽപ്പിക്കാറുണ്ടായിരുന്നുവെന്നും ഒറ്റയ്ക്ക് അവരോടെതിർക്കാൻ കഴിയാതിരുന്നതിനാൽ ദേഷ്യത്തിൽ അവരെ നോക്കുക മാത്രം ചെയ്തിരുന്നുവെന്നും മറ്റും അറിയാൻ കഴിഞ്ഞു. അങ്ങനെ ഒരുനാൾ ഈ കുട്ടി കൂട്ടുകാരെ രൂക്ഷമായി നോക്കിയപ്പോൾ, എന്താടീ കോങ്കണ്ണീ നീ ഞങ്ങളെ നോക്കിപേടിപ്പിക്കുകയാണോ എന്നവർ ചോദിച്ചതായും അതേത്തുടർന്നു മറ്റുള്ള കുട്ടികളും ഈ കളിയാ ക്കൽ ഏറ്റെടുത്തതായും ഉയർന്ന ക്ലാസ്സുകളിലെത്തിയിട്ടും കോങ്കണ്ണി എന്ന പരിഹാസവിളികൾ അവളെ പിൻതുടർന്നുകൊണ്ടിരുന്നുവെന്നും തുടർന്നുള്ള ചോദ്യങ്ങളിൽ നിന്നും എനിക്കു മനസ്സിലായി. ഇതെല്ലാം കേട്ടുകൊണ്ടിരിക്കുമ്പോൾ ഞാനവരുടെ കണ്ണുകളിലേക്കു നോക്കാൻ ശ്രമിച്ചു. എന്റെ നോട്ടത്തിനു പിടി തരാതെ ദൃഷ്ടികളെ പല ദിശകളിലേക്കും അവർ പായിച്ചു കൊണ്ടിരുന്നു. ഈ സമയം ഭർത്താവിനെ എന്റെരികിലേക്കു വിളിപ്പിച്ചു. കുഴപ്പമൊന്നും കാണുന്നില്ലെന്നും അടുത്തൊരു ദിവസം പെൺകുട്ടിയുടെ അമ്മയോടൊപ്പം നിങ്ങൾ രണ്ടും പേരും കൂടി വരണമെന്നും മറ്റും പറഞ്ഞ് അവരെ യാത്രയാക്കി.

ചെറുപ്പത്തിൽ ഇവളുടെ ഒരു കൺദൃഷ്ടി ഒരു വശത്തേക്കു ചെറുതായി മാറി നിൽക്കുന്ന അവസ്ഥയിലായിരുന്നുവെന്നും വളർന്നപ്പോൾ അതു നിശേഷം മാറിയെന്നുംമറ്റും അടുത്ത ദിവസം അവരോടൊപ്പമെത്തിയ അമ്മയിൽ നിന്നും അറിയാൻ കഴിഞ്ഞു. തന്റെ കണ്ണിനു കുഴപ്പമൊന്നുമില്ലെന്നും ആത്മവിശ്വാ സത്തോടെ മറ്റുള്ളവരുടെ മുഖത്തു നോക്കാമെന്നും മറ്റും അവരെ വിശ്വസിപ്പിക്കാൻ ഞാൻ നടത്തിയ ശ്രമങ്ങളുടെ കഥയവിടെ നിൽക്കട്ടെ.

എങ്ങനെയാണ് ഈ കുട്ടി ആരുടെയും നേരെ നോക്കാത്ത അവസ്ഥയിൽ എത്തുന്നത് ?

മറ്റുള്ളവർ കോങ്കണ്ണിയെന്നു വിളിച്ചതു കൊണ്ടല്ലേ ടീച്ചർ? സരിതക്കൊരു സംശയം

അതൊരു തെറ്റല്ലേ സരിതേ?

അതെങ്ങനെയാ ടീച്ചർ തെറ്റാകുന്നത് സത്യമല്ലേ?

സത്യമാണ്, പക്ഷേ അതൊരു ശാരീരിക വൈകല്യമല്ലേ? ഒരാളിന്റെ ശാരീരിക വൈകല്യത്തെ ധ്വനിപ്പിക്കുന്ന രീതിയിലുള്ള സംസാരം ഒരുതരം മാനസിക പീഡനമാണ്. അത് മനസ്സിനെ മുറിവേൽപ്പിക്കുന്നതാണ്. കോങ്കണ്ണിയെന്നു വിളിച്ചതുകൊണ്ടാണ് മറ്റുള്ളവരുടെ മുഖത്തു നോക്കാതായതെന്നു സരിത പറഞ്ഞ ഭാഗം ഒന്നു പരിശോധിക്കാം. ഒരാളിന്റെ കുറവുകൾ വിളിച്ചുപറഞ്ഞു കളിയാക്കുമ്പോൾ, കളിയാക്കിലിനു വിധേയമാകുന്ന ആളിനു നെഗറ്റീവ് സ്ട്രോക്കാണു ലഭിക്കുന്നത്. ഇങ്ങനെയുള്ള നെഗറ്റീവ് സ്ട്രോക്കുകൾ നിരന്തരം കിട്ടിയപ്പോൾ എന്താണുണ്ടായത്?

തന്റെ കണ്ണു ശരിയല്ലെന്നും അതിനെന്തോ കുഴപ്പമുണ്ടെന്നും അതൊരു പോരായ്മയാണെന്നും മറ്റും അവൾക്കു തോന്നിത്തുടങ്ങി. തന്റെ കണ്ണിന്റെ കുറവുകൾ മറ്റുള്ളവർ കണ്ടെങ്കിലല്ലേ കളിയാക്കലുണ്ടാകൂ എന്ന ചിന്തയിൽ നിന്നാണ്, എങ്കിൽപിന്നെ മറ്റുള്ളവരുടെ മുഖത്തു നോക്കാതിരുന്നേക്കാം എന്ന തീരുമാനം സ്ക്രിപ്റ്റ് ചെയ്യപ്പെടുന്നത്. മറ്റുള്ളവരിൽ നിന്നുള്ള ഒരുതരം ഒളിച്ചോട്ടം. ഈ ഒളിച്ചോട്ടത്തിനു പ്രധാന കാരണക്കാർ മറ്റുള്ളവരാണ്. ഒരാൾ മറ്റുള്ളവരുടെ കുറവുകളെ എടുത്തുകാണിച്ച് പരിഹസിക്കാൻ ശ്രമിക്കുമ്പോഴാണ് അവർ അയാളിൽ നിന്നെല്ലാം അകന്നു പോകുന്നത്. അതേപോലെതന്നെ ഒരാളിന്റെ കുറവുകളെ അയാളോ മറ്റുള്ളവരോ മനഃപൂർവ്വം മറയ്ക്കാൻ ശ്രമിക്കുന്നതും ചിലപ്പോൾ കുഴപ്പത്തിലെത്തിയേക്കാം.

മറ്റുള്ളവർ അറിഞ്ഞെങ്കിലല്ലേ അവർ കളിയാക്കുകയുള്ളൂ. അതിനാൽ കുറവുകളെ മറച്ചുവയ്ക്കാൻ അച്ഛനമ്മമാർ തന്നെ കുഞ്ഞുങ്ങളെ ശീലിപ്പിക്കാറുണ്ട്. പ്രത്യക്ഷത്തിൽ ഇതൊരു നല്ല കാര്യമെന്നു തോന്നാമെങ്കിലും ഭാവിയിൽ ചിലപ്പോൾ ചിലതെല്ലാം ദോഷമായി ഭവിച്ചേക്കാം.

എന്റെ ബന്ധുവായ ഒരു പെൺകുട്ടിക്ക് വർഷം തോറും ദേഹം മുഴുവൻ ചൊറിഞ്ഞുപൊട്ടി വ്രണമായി വെള്ളം പൊടിയുന്ന ഒരസ്സുഖം ഉണ്ടായിരുന്നു. രോഗം വരുന്നത് ആരുടേയും കുറ്റമല്ലെന്നു കുഞ്ഞിനെ മനസ്സിലാക്കിക്കുന്നതിനു പകരം മറ്റുള്ളവരിൽ നിന്നും അതു മറച്ചുവെയ്ക്കേണ്ടതാണെന്നാണ് അച്ഛനമ്മമാർ അതിനെ പഠിപ്പിച്ചത്.

രോഗം വരുന്നത് ആരുടേയും കുറ്റമല്ല. ഇതുപറയുമ്പോൾ ഞാനോർക്കുന്നത് കെ.പി.എ.സി.യുടെ 'അശ്വമേധം' നാടകമാണ്. പ്രതിഭാധനനും യശശ്ശരീരനുമായ തോപ്പിൽ ഭാസി എഴുതിയ 'അശ്വമേധം' 1962 ലാണ് അരങ്ങിലെത്തുന്നത്. ആ നാടകത്തിലെ കുഷ്ഠരോഗിയായ നായിക സരോജം, മറ്റൊരു കഥാപാത്രമായ ഡോക്ടർ തോമസ്സിനോട് 'രോഗം ഒരു കുറ്റമാണോ' എന്നു ചോദിക്കുന്നുണ്ട്. നാട്ടുകാരും വീട്ടുകാരും വെറുത്ത് അകറ്റിനിറുത്തിയിരുന്ന കുഷ്ഠരോഗികളെ അന്നു പൊതുഇടങ്ങളിൽ നിന്നും സമൂഹം ആട്ടിപ്പായിച്ചിരുന്നു. അങ്ങനെയുള്ള സമൂഹത്തിന്റെ മനസ്സാക്ഷിയെ ഉണർത്തുന്നതായിരുന്നു ആ നാടകത്തിലെ ചോദ്യം. തോപ്പിൽ ഭാസി അശ്വമേധം എന്ന നാടകം എഴുതിയതിനു പിന്നിൽ ഒരു ചരിത്ര സംഭവമുണ്ടെന്നാണറിയുന്നത്. 1957ലെ ആദ്യ കമ്യൂണിസ്റ്റ് മന്ത്രിസഭയിൽ ഡോ.എ.ആർ.മേനോനായിരുന്നു ആരോഗ്യമന്ത്രി. തോപ്പിൽ ഭാസി എന്നറിയപ്പെടുന്ന പി.ഭാസ്കര പിള്ള പത്തനംതിട്ടയിൽ നിന്നുള്ള എം.എൽ.എയും. സമൂഹം മാത്രമല്ല ഉറ്റവർപോലും വെറുത്തിരുന്ന കുഷ്ഠരോഗികളെ ആ കാലത്ത് പൊതുനിരത്തിൽ കണ്ടാൽ അറസ്റ്റുചെയ്യാമെന്നൊരു ബിൽ ആരോഗ്യമന്ത്രി നിയമസഭയിൽ കൊണ്ടുവന്നിരുന്നു. നൂറനാട് ലെപ്രസി സാനിട്ടോറിയത്തിൽ അന്ന് സൂപ്രണ്ടായിരുന്ന ഡോ. ശങ്കരനാരായണനുണ്ണിത്താൻ ഇതറിഞ്ഞ് സുഹൃത്തായ തോപ്പിൽ ഭാസിയുമായി ബന്ധപ്പെട്ടു. ആ വിഷയത്തെ താത്വികമായി സമീപിച്ച തോപ്പിൽഭാസി "രോഗമൊരു കുറ്റമാണോ" എന്ന ചോദ്യമുയർത്തി ബില്ലിനെ എതിർത്തു. മെമ്പറുടെ ഉദ്ദേശശുദ്ധി

ബോദ്ധ്യപ്പെട്ട് ബിൽ പിൻവലിക്കുകയാണുണ്ടായത്.

എന്റെ ബന്ധുവായ പെൺകുട്ടിയുടെ രോഗവിവരത്തേ പ്പറ്റിയാണല്ലോ ഞാൻ പറഞ്ഞുവന്നത്. ആ കുട്ടി വിവാഹിതയായി ഭർതൃവീട്ടിൽ എത്തി ഏതാനും നാളുകൾക്കുള്ളിൽ പതിവുപോലെ രോഗം ആവർത്തിച്ചു. വർഷാവർഷം ആവർത്തിച്ചു വരുന്ന രോഗ വിവരം മറച്ചുവച്ചു എന്ന കാരണത്താൽ ഭർത്താവ് മുൻകൈയ്യെടുത്ത് ആ വിവാഹബന്ധം വേർപെടുത്തി.

ഒരാൾ തന്റെ കുറവുകളും കുറ്റങ്ങളും മറ്റുള്ളവരിൽ നിന്നും മറച്ചുവയ്ക്കുകയോ മറച്ചുവയ്ക്കേണ്ടതാണെന്നു വിചാരിക്കുകയോ ചെയ്യുമ്പോൾ 'I am not ok' എന്നയാൾ സ്വയം ബ്രാൻഡു ചെയ്യപ്പെടുകയാണ്. ഒരാളിന്റെ കുറവുകൾ മറച്ചുവയ്ക്കാനായി അവരെ പ്രേരിപ്പിക്കുന്നത് അവരിൽ ആത്മവിശ്വാസം ഇല്ലാതാക്കാനേ ഉപകരിക്കൂ. അന്യരുടെ മുന്നിൽ പ്രത്യക്ഷപ്പെടാനും അവരുമായി സഹകരിക്കാനും വിമുഖത കാട്ടുന്നതിനുള്ള കാരണങ്ങൾ പലതും നിങ്ങൾ കേട്ടുകഴിഞ്ഞു. ചിലപ്പോൾ ചില കുട്ടികൾ ചിലയാളുടെ മുന്നിൽ നിന്നുമാത്രം രക്ഷപ്പെടാൻ ശ്രമിക്കുന്നതു കാണാറുണ്ട്.

ചെറുപ്പത്തിൽ ധാരാളം പോസിറ്റീവ് സ്ട്രോക്കുകൾ കിട്ടി വളർന്ന, എന്തിനേയും ചിരിച്ചുകൊണ്ട് നേരിടുന്ന ഒരു കുട്ടി എം.ബി.ബി.എസ്സിന്റെ ഒന്നാം വർഷം തോറ്റു. പരീക്ഷാ കാലത്തിനു തൊട്ടു മുമ്പ് ആശുപത്രിയിലായ അച്ഛന്റെ ശുശ്രൂഷക്കുവേണ്ടി ഒട്ടേറെ നാൾ ഉറക്കമൊഴിയേണ്ടിവന്നതിനാൽ വായിക്കുവാൻ വേണ്ടത്ര സമയം കിട്ടിയില്ലെന്നും അതിനാലാണ് തോൽവി പറ്റിയതെന്നും മറ്റും കുട്ടിക്കറിയാം. വീണ്ടും എഴുതിയാൽ ജയിക്കുമെന്നും ഉറപ്പുണ്ട്. ഈ തോൽവിയെ അത്ര കാര്യമാക്കാതെ നടക്കുമ്പോഴാണ്, അയൽക്കാരന്റെ ചോദ്യം 'അയ്യോ മോൻ തോറ്റുപോയോ? എന്തു പറ്റി? ഇന്നലെ നിങ്ങടെ വീട്ടിൽ പറയുന്നതു കേട്ടു'. അടുത്ത വീട്ടിൽ പറയുന്നത് കേൾക്കാൻ ശ്രമിക്കാതെ തനിക്കൊക്കെ സ്വന്തം വീട്ടിലെ കാര്യം ശ്രദ്ധിച്ചുകൂടേ എന്നു ചോദാക്കാൻ അതു കേൾക്കുന്ന ആർക്കും തോന്നും. മറുപടി ഒരു ചിരിയിലൊതുക്കി കുട്ടി മുന്നോട്ടു നീങ്ങിയെങ്കിലും അയൽക്കാരൻ വിടാൻ ഭാവമില്ല. എത്ര വിഷയത്തിൽ തോറ്റു മോനേ? പഠിക്കേണ്ട സമയത്തു പഠിക്കാത്തതുകൊണ്ടല്ലേ. ആശുപത്രിയിൽ അച്ഛനു കൂട്ടിരിക്കാൻ പോയതുകൊണ്ടായിരിക്കും തോറ്റത്. ഏതായാലും കഷ്ടമായിപ്പോയി. വീണ്ടും

പലതും അറിയാനുള്ള അയാളുടെ ശ്രമത്തിനിടയിൽ കുട്ടി വേഗം നടന്നുനീങ്ങി. എന്നാൽ പിന്നീടു കുട്ടിയെ കാണുമ്പോഴെല്ലാം തോൽവിയെപ്പറ്റി പലതും ചോദിച്ച് സഹതാപ പ്രകടനം നടത്തുന്നത് പതിവാക്കിയപ്പോൾ, അയാളുടെ മുന്നിൽപ്പെടാതിരിക്കാൻ കുട്ടി ശ്രദ്ധിച്ചു തുടങ്ങി. ഇങ്ങനെയുമുണ്ട് ചിലർ. സഹതാപം പ്രകടിപ്പിച്ചും ചോദ്യങ്ങൾ ചോദിച്ചും നമ്മളെ അകന്നു പോകാൻ പ്രേരിപ്പിക്കുന്നവർ. ഇതവരുടെ കുറ്റമല്ല, അവരുടെ സ്ക്രിപ്റ്റിന്റെ കുഴപ്പമാണ്. അതേപോലെ ചോദ്യങ്ങളിൽ നിന്നും രക്ഷപെടാൻ വേണ്ടി മറ്റുള്ളവരുടെ മുന്നിൽ പോകാതിരിക്കുന്നതും സ്ക്രിപ്റ്റിന്റെ സ്വാധീനമാണ്.

ഇവിടെ എന്താണ് ചെയ്യേണ്ടത്? ആർക്കു പറയാം?

'ഈ തോൽവിയൊന്നും കാര്യമായെടുക്കണ്ടാ കുഞ്ഞേ, വിഷമിക്കുകയും വേണ്ടാ. ഒന്നുകൂടി ശ്രമിച്ചാൽ നേടാവുന്നതേയുള്ളൂ. മോൻ ധൈരമായിട്ടെഴുതിക്കോ' എന്നെല്ലാം പറയാം ടീച്ചർ.

പക്ഷേ പലരും അങ്ങനെ പറയില്ലല്ലോ ബാബൂ,അതല്ലേ കുഴപ്പം. ഇവിടെ ഓർത്തു വയ്ക്കേണ്ട ചില കാര്യങ്ങളുണ്ട്.

ഒരാളിന്റെ പരാജയങ്ങളെ അയാളുടെ മുന്നിൽ ചെറുപ്പിച്ചു കാണിക്കാനോ അതിനെപ്പറ്റി കൂടെക്കൂടെ ഓർമ്മിപ്പിക്കുവാനോ പാടില്ല. ഒരാളിന്റെ രോഗം ഒരു കുറ്റമാണെന്ന രീതിയിൽ അവരോടു സംസാരിക്കാനും പാടില്ല. കാരണം, അതെല്ലാം അവർക്കു നെഗറ്റീവ് സ്ട്രോക്കുകൾ കൊടുക്കുന്നതിനു തുല്യമായിരിക്കും.

പോസിറ്റീവ് സ്ട്രോക്ക് കൂടുതൽ കൊടുത്താൽ കുട്ടികൾ വഷളാകുമോ?

ഏറെ പുകഴ്ത്തിയാൽ, പോസിറ്റീവ് സ്ട്രോക്ക് ധാരാളമായി കിട്ടിയാൽ കുട്ടികൾ വഷളാകില്ലേ, അഹങ്കാരിയാകില്ലേ എന്നെല്ലാം ഏതാനും ക്ലാസ്സുകൾക്ക് മുൻപ് സോമവല്ലി ചോദിച്ചിരുന്നല്ലോ.

ഒരിക്കലുമില്ല. മറ്റുള്ളവരെ സ്ട്രോക്കു കൊടുത്തു സന്തോഷിപ്പിക്കുവാൻ പാടില്ലെന്ന പലരുടെയും ധാരണ തെറ്റാണ്. മറ്റുള്ളവരെ അംഗീകരിക്കാനുള്ള മനസ്സില്ലായ്മയുടെ ലക്ഷണം മാത്രമാണത്. അതിനെ മറച്ചുവയ്ക്കാനാണ് പുകഴ്ത്തിയാൽ അഹങ്കരിക്കുമെന്നു പറയുന്നത്. പുകഴ്ത്തേണ്ടവരെ വേണ്ട സമയത്തു വേണ്ടത്ര അളവിൽ പുകഴ്ത്താനുള്ള ഹൃദയവിശാലതയാണു വേണ്ടത്. അതാണ് അന്നു ഞാനാ ക്ലാസ്സിൽ പറഞ്ഞിരുന്നത്.

മക്കൾക്കു പോസിറ്റീവ് സ്ട്രോക്കുകൾ കൂടുതലായി കൊടുത്താൽ കുട്ടികൾ വഷളാകും അല്ലെങ്കിൽ അഹങ്കാരികളാകും എന്നു സോമവല്ലി പറഞ്ഞതിന്റെ മറ്റൊരർത്ഥം, പോസിറ്റീവിനു പകരം നെഗറ്റീവ് സ്ട്രോക്കുകൾ കൂടുതലായി കൊടുത്താൽ അഹങ്കരിക്കാതെ നല്ലകുട്ടികളാകും എന്നായിക്കൂടേ? അതായത് കുറ്റം പറഞ്ഞും ശിക്ഷിച്ചും അഹങ്കാരം ഇല്ലാതാക്കാമെന്നല്ലേ അതിനർത്ഥം? എന്നാൽ ഇതല്ല സത്യം. കൂടുതൽ പോസിറ്റീവ് കിട്ടിയവരല്ല നെഗറ്റീവ് സ്ട്രോക്ക് കിട്ടിയവരാണ് അഹങ്കരിക്കുന്നതെന്നു ഞാൻ വിശദമാക്കാം.

അഹങ്കരിക്കുക എന്നു പറഞ്ഞാൽ എന്താണർത്ഥം?

ഏതെല്ലാമോ തനിക്കുണ്ടെന്ന് ഭാവിക്കുന്നതിനെ ഞാനെന്ന ഭാവമെന്നോ അഹംഭാവമെന്നോ പറയാം. ഈ ഭാവത്തോടെ പ്രവർത്തിക്കുമ്പോഴാണ് അത് അഹങ്കരിക്കലായി മാറുന്നത്.

I am not ok എന്ന സ്ക്രിപ്റ്റ് രൂപം കൊള്ളുന്നത് ഏതുതരം സ്ട്രോക്ക് കിട്ടുമ്പോഴാണ് ? നെഗറ്റീവ് സ്ട്രോക്ക് കിട്ടുമ്പോഴല്ലേ?

ചെറുപ്പം മുതൽ പല കാര്യങ്ങളിലും കുറ്റങ്ങളും കുറവുകളും മാത്രം കേട്ട് നെഗറ്റീവ് സ്ട്രോക്ക് വാങ്ങിക്കൂട്ടുന്ന കുട്ടികൾ ഏറെയുണ്ട്.

'തിന്നുന്നതിന് ഒരു കുറവുമില്ല, കണ്ടില്ലേ ഇരിക്കുന്നത്, അടയ്ക്കാക്കുരുവി മാതിരിയുണ്ട്, പൊക്കോമില്ല വണ്ണോമില്ല, എന്തിനു കൊള്ളാം നിന്നെ' എന്നിങ്ങനെ പുച്ഛത്തോടുകൂടി ഒരമ്മ സ്ഥിരമായി മകളോടു ചോദിച്ചാൽ കുട്ടിക്ക് പൊക്കം വയ്ക്കുമോ? അപ്പോൾ കുട്ടിയുടെ ഉള്ളിൽ എന്താണ് സ്ക്രിപ്റ്റ് ചെയ്യപ്പെടുന്നത്? പൊക്കത്തിന്റെ കാര്യത്തിൽ ഞാൻ യോഗ്യയല്ല, എന്നല്ലേ?

'കണ്ടില്ലേ ഒരു സ്വരൂപം ഇരിക്കുന്നത് കരിക്കലം പോലും തോറ്റു പോകുന്ന കറുപ്പ്, ഈ കുടുംബത്തിൽ ഇങ്ങനെയൊരെണ്ണം വന്നു പിറന്നല്ലോ ദൈവമേ. വേറെ ആർക്കും ഇല്ല ഇത്രയും വലിയ കറുപ്പ്. ആരാ ഇതിനെയൊക്കെ കെട്ടിക്കൊണ്ടുപോകാൻ വരുന്നത്' ഇങ്ങനെ സ്ഥിരമായി കേൾക്കേണ്ടിവരുന്ന ഒരു പെൺകുട്ടിയുടെ ഉള്ളിൽ എന്തായിരിക്കും സ്ക്രിപ്റ്റു ചെയ്യപ്പെട്ടുന്നത്?

നിറത്തിന്റെ കാര്യത്തിൽ ഞാൻ പിന്നിലാണ്. അപ്പോഴെന്താണ് സംഭവിക്കുക?

കറുപ്പു നിറമുള്ള എന്നെ ആർക്കും ഇഷ്ടമാവില്ലെന്നു ധരിച്ച് പൊതു ഇടങ്ങളിൽ നിന്നുള്ള ഒരു ഉൾവലിയലുണ്ടാകാം. ഏതെങ്കിലും ഇഷ്ടക്കേടുകൾ വരുമ്പോൾ മകളോട് അമ്മ ഇങ്ങനെ നിറത്തിന്റെ കാര്യം പറഞ്ഞു കുറ്റപ്പെടുത്തിയാൽ ആ കുട്ടിയുടെ കറുപ്പ് നിറം മാറുമോ ? ഇല്ല.

പിന്നെന്തിനാണ് ഇങ്ങനെയെല്ലാം പറയുന്നതെന്നു ചോദിച്ചാൽ, ഉത്തരം ഒന്നേയുള്ളു. ഇങ്ങനെയെല്ലാം പറയുന്നത് അവരുടെ കുറ്റമല്ല അവരുടെ സ്ക്രിപ്റ്റിന്റെ കുഴപ്പമാണെന്നു മാത്രം.

ഈവിധം നിരന്തരം നെഗറ്റീവ് സ്ട്രോക്ക് കിട്ടുമ്പോൾ സ്വാഭാവികമായും മനുഷ്യർ എന്താണാഗ്രഹിക്കുന്നത്? പോസിറ്റീവ് സ്ട്രോക്ക് കിട്ടണമെന്നല്ലേ?

നെഗറ്റീവ് സ്ട്രോക്കുകൾക്കു വിധേയമാകുമ്പോൾ മുതിർന്നവരേപ്പോലെ കുട്ടികളുംആഗ്രഹിക്കുന്നത് പോസിറ്റീവ് സ്ട്രോക്കു

കൾ കിട്ടാനാണ്.

കൊച്ചുകുട്ടികൾക്ക് പോസിറ്റീവ് സ്ട്രോക്ക് എവിടെനിന്നു കിട്ടാനാണ്?

മുതിർന്നവരിൽ നിന്നല്ലേ കിട്ടേണ്ടത്? അപ്പോൾ, മുതിർന്നവരുടെ ശ്രദ്ധ പിടിച്ചുപറ്റി അവരിൽ നിന്ന് സ്ട്രോക്ക് ലഭിക്കാൻ വേണ്ടിയുള്ള വഴികൾ എന്തൊക്കെയെന്ന് ഈ കുട്ടികൾ ചെറുപ്പം മുതൽ കണ്ടെത്തും. അങ്ങനെ കണ്ടെത്തുമ്പോഴാണ് ചില കുട്ടികൾ ബഹളക്കാരും കുസൃതിക്കാരുമായി മാറുന്നത്. അത് മറ്റുള്ളവരുടെ ശ്രദ്ധ പിടിച്ചുപറ്റാനുള്ള അവരുടെ ശ്രമത്തിന്റെ ഭാഗമായ തന്ത്രം മാത്രമാണ്.

അയാം നോട്ട് ഓക്കേ (I am not ok) എന്നു ധരിച്ചുവശായ കുട്ടി അത് മറച്ചുവയ്ക്കാൻ വേണ്ടിയായിരിക്കും പിന്നീടുള്ള പ്രവൃത്തികളെല്ലാം. ഈ പരാക്രമങ്ങളെയാണ് അഹങ്കാരമായി നമ്മൾ ചിത്രീകരിക്കുന്നത്.

കരിക്കലം പോലും തോറ്റുപോകുന്ന കറുപ്പ്. ഈ കുടുംബത്തിൽ ആർക്കുമില്ലാത്തൊരു കറുപ്പ്. നിന്നെയൊക്കെ ആരു കെട്ടിക്കൊണ്ടു പോകും എന്നെല്ലാം നാലഞ്ച് വയസ്സു മുതൽ കേട്ടുവളർന്ന ഒരു പെൺകുട്ടിയുടെ ഉള്ളിൽ ആ കറുപ്പ് സ്ക്രിപ്റ്റു ചെയ്യപ്പെട്ടിരിക്കുകയാണ്. കുറച്ചുകൂടി വളർന്ന് കൗമാരത്തിൽ എത്തുമ്പോൾ, അമ്മ പറഞ്ഞതുപോലെ, നിറമില്ലാത്തവൾ കറുത്തവൾ എന്നൊക്കെ ആയിരിക്കും മറ്റുള്ളവരും തന്നെ കാണുന്നതെന്നു കുട്ടി ധരിച്ചുവശാകും. അപ്പോൾ മറ്റുള്ളവരുമായി കൂടുതൽ ഇടപഴകാൻ പ്രയാസം തോന്നും. എന്താ കാര്യം?

നിറമില്ലാത്ത എന്നെ ആരും ശ്രദ്ധിക്കുകയില്ല എന്ന തോന്നൽ ഉള്ളിൽ കിടക്കുകയാണ്. അടുത്തിടപഴകിയാലല്ലേ മറ്റുള്ളവർ കറുപ്പിന്റെ പേരിൽ കളിയാക്കുകയുള്ളൂ. അതുകൊണ്ട് അകന്നിരിക്കാം അല്ലെങ്കിൽ സഹകരിക്കാതെ ഇരിയ്ക്കാം, അപ്പോൾ കുഴപ്പമില്ലല്ലോ. അങ്ങനെയെല്ലാം ചിന്തിക്കുമ്പോഴാണ് ഇക്കൂട്ടർ മറ്റുള്ളവരോടു മിണ്ടാതെയും മറ്റും ഇരിക്കുന്നത്. ഇതറിയാതെയാണ് ആളുകൾ ഇതിനെ ജാഡയായും അഹങ്കാരമായും ചിത്രീകരിക്കുന്നത്.

ഇനിയുമിതിന്റെ മറ്റൊരു വശം നോക്കാം. ഈ കുട്ടി കൗമാരത്തിലെത്തുമ്പോൾ നിറമില്ലെന്ന കുറവു പരിഹരിക്കാനായി ആവശ്യത്തിലേറെ ആഭരണങ്ങളേയും കൂടുതൽ മേക്കപ്പ്സാധനങ്ങ

ളേയും ആശ്രയിക്കാൻ തുടങ്ങും. അപ്പോഴും ഇതിനെ അഹങ്കാര മെന്നോ പൊങ്ങച്ചമെന്നൊ ജാഡയെന്നോ ഒക്കെ മറ്റുള്ളവർ ചിത്രീ കരിക്കാം.

'തിന്നുന്നതിനൊന്നും ഒരു കുറവുമില്ല കണ്ടില്ലേ ഇരിക്കുന്നത് അടക്കാക്കുരുവി പോലെ. പൊക്കോമില്ല വണ്ണോമില്ല'. ഇങ്ങനെ യുള്ള ആക്ഷേപം കേട്ടുവളർന്ന കുട്ടിയുടെ ഉള്ളിൽ, പൊക്കത്തി ന്റെയും വണ്ണത്തിന്റെയും കാര്യത്തിൽ താൻ ശരിയല്ലെന്ന് സ്ക്രിപ്റ്റ് ചെയ്യപ്പെടും. ഇവർ കൗമാരത്തിലെത്തിയാൽ പിന്നെ പൊക്കവും വണ്ണവും തനിക്കുണ്ടെന്നു മറ്റുള്ളവരെ ബോധ്യപ്പെടുത്താനുള്ള ശ്രമം നടത്തും. അതിന്റെ ഭാഗമായി വിചിത്രമായ ഡ്രസ്സുകളും സാധാരണയിൽക്കവിഞ്ഞു മടമ്പുയർന്ന പാദരക്ഷകളും മറ്റും ഉപയോഗിച്ചുതുടങ്ങും. ഇതുമായി മറ്റുള്ളവരുടെ മുന്നിലെത്തുമ്പോ ഴാണ് അവരിതിനെ അഹങ്കാരമായും പൊങ്ങച്ചമായും ജാഡ യായും മറ്റും ചിത്രീകരിക്കുന്നത്.

ചെറുപ്പത്തിൽ നിരന്തരം നെഗറ്റീവ് സ്ട്രോക്ക് കിട്ടി I am not ok എന്ന സ്ക്രിപ്റ്റുമായി നടക്കുന്നവർ, മറ്റുള്ളവരുടെ ശ്രദ്ധ പിടിച്ചു പറ്റി അതുവഴി താൻ നല്ലപിള്ളയാണെന്ന് അവരെക്കൊണ്ട് പറയി പ്പിക്കാനുള്ള പലവിധ ശ്രമങ്ങളുടെ ആകെത്തുകയാണ് അഹം ഭാവം എന്ന കഥയായി മാറുന്നത്. അപകർഷതാബോധം മറച്ചു വയ്ക്കാൻ വേണ്ടിയുള്ള അടവുകളെല്ലാം അഞ്ചാറു വയസ്സിനു ള്ളിൽത്തന്നെ കുഞ്ഞുങ്ങൾ പഠിച്ചുവെക്കും. അതു വീട്ടിലെ മുതി ർന്ന അംഗങ്ങളിൽ നിന്നായിരിക്കും. ചിലപ്പോൾ അധ്യാപകരിൽ നിന്നുമാകാം.

അപകർഷതാബോധമുള്ള I am not ok,You are ok എന്ന വിഭാഗത്തേപ്പറ്റിയും അക്രമവാസനയുള്ള I am ok, you are not ok എന്ന വിഭാഗത്തേപ്പറ്റിയും പറഞ്ഞു കഴിഞ്ഞു. ഇനിയും മൂന്നാമ തൊരു വിഭാഗത്തേപ്പറ്റി പറയാം.

അവരാണ് I am not ok, you are not ok. (ഞാനും ശരിയല്ല നീയും ശരിയല്ല) നിന്നേം കൊല്ലും ഞാനും ചാകും. ഏറെ അരക്ഷിതമായ അവസ്ഥയിലൂടെ നിരന്തരം നെഗറ്റീവ് സ്ട്രോക്കുകൾ മാത്രം ഏറ്റു വാങ്ങി വളർന്നുവന്നവരായിരിക്കും ഇവർ. അതിസങ്കീർണ്ണമാണി വരുടെ മാനസികാവസ്ഥ. ഇവരാണ് പലപ്പോഴും കൂടെയുള്ളവരെ കൊന്നിട്ട് അത്മഹത്യയിൽ അഭയം തേടുന്നത്.

ആരും കുറ്റവാളികളായി ജനിക്കാറില്ല എന്നാൽ അങ്ങനെ സംഭവിക്കുന്നത് എന്തുകൊണ്ടാണെന്ന് അന്വേഷിക്കുമ്പോഴാണ്, കുറ്റകൃത്യങ്ങളും സ്വഭാവവൈകൃതങ്ങളും ആദ്യം രൂപം കൊള്ളുന്നത് മനുഷ്യന്റെ ചിന്തയിലാണെന്ന കാര്യം മനസ്സിലാകുന്നത്. അങ്ങനെയുള്ള ചിന്തകൾ മുളയ്ക്കുവാൻ കാരണം ഒപ്പം സഹകരിക്കുന്നവരുടെ സ്വാധീനവും അനുഭവിക്കുന്ന കാഴ്ചകളും സാഹചര്യങ്ങളുടെ സമ്മർദ്ദവുമായിരിക്കും. ഒരു വ്യക്തി കുറ്റകൃത്യം ചെയ്യുന്നതിനും വളരെമുമ്പുതന്നെ അവരുടെ മനസ്സിൽ അതിനായി വേണ്ടത്ര മാറ്റവും തയ്യാറെടുപ്പും നടന്നുകഴിഞ്ഞിരിക്കും. ഒരാളിന്റെ മനസ്സിനു സംഭവിക്കുന്ന മാറ്റം ആ വ്യക്തിയുമായി നിത്യവും സഹകരിക്കുന്നവർക്കാണ് പെട്ടന്നു മനസ്സിലാക്കാൻ കഴിയുന്നത്. അഥവാ അവരാണ് അതറിയേണ്ടവർ. ഒരാൾ നീണ്ട മൗനത്തിലാവുക, സ്വയം പീഡിപ്പിക്കാൻ ശ്രമിക്കുക, അമിതമായ പത്രാസ് കാണിക്കാൻ വേണ്ടി ഏതുവിധേനയും പണമുണ്ടാക്കാൻ ശ്രമിക്കുക, അത്യാഗ്രഹങ്ങൾക്കു പിന്നാലെ പോയി അവ നേടാനായി എന്തു കുതന്ത്രവും പ്രയോഗിക്കുക എന്നിങ്ങനെയുള്ള അസാധാരണ അവസ്ഥയിൽ എത്തുമ്പോൾ ആ വ്യക്തിയുടെ മനസ്സിന്റെ മാറ്റം യഥാസമയം തിരിച്ചറിയാൻ സാധിക്കുന്നുവെങ്കിൽ ഒരു കുറ്റവാളിയുടെ അഥവാ മനോരോഗിയുടെ ജനനം ഒഴിവാക്കാൻ നമുക്കു കഴിയും. എന്നാൽ അയാളുടെ കൂടെ സഹകരിക്കുന്നവരാരും തന്നെ അയാളിലെ മാറ്റം ശ്രദ്ധിക്കുന്നില്ലെങ്കിൽ അതിനു കാരണം മാനസികാരോഗ്യത്തെപ്പറ്റി അവർ അത്ര ഉത്കണ്ഠയുള്ളവരായിരിക്കില്ല എന്നുതന്നെയാണ്. അതു മാത്രമല്ല മാനസിക പ്രശ്ന ത്തിന് വിദഗ്ദ്ധരെ കാണുന്നത് നാണക്കേടാണെന്നുകൂടി പലരും ധരിച്ചുവച്ചിരിക്കുന്നു. മാനസിക പ്രശ്നം ഉള്ളവരെ വട്ടൻ, അരപ്പിരി, ഊളൻപാറ, കുതിരവട്ടം എന്നെല്ലാം പറഞ്ഞ് ചാപ്പകുത്തുന്നവർ ഒരർത്ഥത്തിൽ സമൂഹത്തിൽ നിന്നുള്ള ഒളിച്ചോട്ടമാണ് നടത്തുന്നത്.

മാനസികാരോഗ്യം വ്യക്തികളുടെ മാത്രമല്ല അതൊരു സാമൂഹ്യപ്രശ്നം കൂടിയാണ്. അതിനാൽ നമ്മളോരോരുത്തരും നമ്മളേപ്പറ്റിയും മറ്റുള്ളവരേപ്പറ്റിയും മനസ്സിലാക്കാൻ ശ്രമിക്കുക. ഓരോരുത്തരും വ്യത്യസ്ത സാഹചര്യങ്ങളിൽ ജനിച്ചു വളർന്ന വരായതിനാലാണ് ഇങ്ങനെയൊക്കെ ആയിത്തീരുന്നത്. ആരെയും കുറ്റം പറഞ്ഞിട്ട് കാര്യമില്ലെന്നു എപ്പോഴെങ്കിലും മനസ്സിൽ തോന്നിത്തുട

ങ്ങിയാൽപ്പിന്നെ നമ്മളാരേയും കുറ്റംപറയാൻ തുനിയില്ല. നമുക്ക തിനു കഴിയില്ല. ഈ അവസ്ഥയിൽ നമ്മളെത്തുമ്പോഴാണ് മറ്റുള്ളവർ എങ്ങനെയാണോ അങ്ങനെതന്നെ അവരെ കാണാനും അംഗീകരിക്കാനും നമുക്കു കഴിയുന്നത്. ഈ അവസ്ഥയിലാണ് മറ്റുള്ളവരെയെല്ലാം നല്ലതായി കാണാൻ കഴിയുന്നത്.

പോസിറ്റീവായി സംസാരിക്കുകയും പ്രവർത്തിക്കുകയും ചെയ്യുന്ന നല്ല സൗഹൃദ കൂട്ടായ്മയിൽ ചേർന്നു പ്രവർത്തിക്കാമെങ്കിൽ രണ്ടാണു ഗുണങ്ങൾ.

1) I am not ok (ഞാൻശരിയല്ല) എന്ന അധഃസ്ഥിത മനോഭാവ മുള്ളയാൾ തന്റെ കഴിവുകളേപ്പറ്റി മറ്റുള്ളവർ പറയുന്നത് കേൾ ക്കാൻ ഇടയാകും. അപ്പോൾ തനിക്കും കഴിവുണ്ടെന്ന് ബോധ്യ മാകാനും ക്രമേണ I am not ok എന്ന ഭൂതത്തിന്റെ പിടിയിൽ നിന്നും രക്ഷനേടാനും കഴിയും.

2) മറ്റുള്ളവരിലെ നന്മ കണ്ടെത്തി ആ വിവരം ഒട്ടും അതിശയോ ക്തിയില്ലാതെ അവരോടു പറഞ്ഞാൽ അവർക്കതു സന്തോഷ മാകും. എന്നുമാത്രമല്ല, അവരേപ്പറ്റി നമുക്കുണ്ടായിരുന്ന You are not ok (നീ ശരിയല്ല) എന്ന മുൻധാരണ മാറ്റാനും കഴിയും.

അതേപോലെ മറ്റൊരു കാര്യം, ഞാൻ ഇങ്ങനെയൊക്കെ ആയത് എന്റെ കുറ്റം കൊണ്ടല്ലെന്നു നാം ഓരോരുത്തരും മനസ്സിലാക്കേ ണ്ടിയിരിക്കുന്നു. അപ്പോൾ നമ്മുടെ പോരായ്മകളെ ഓർത്തു നാം വിഷമിക്കില്ലെന്നു മാത്രമല്ല, യാതൊരു അപകർഷതാബോധവും തോന്നുകയുമില്ല. ഈ അവസ്ഥയിലാണ് ഞാനും നല്ലതാണെന്ന തോന്നലുണ്ടാകുന്നത്. ഞാനും നല്ലത് മറ്റുള്ളവരും നല്ലത് എന്ന തോന്നലാണ് നാലാമത്തെ അവസ്ഥ. ഇതിനെയാണ് I am ok, you are ok എന്നുപറയുന്നത്. ഇതേ അർത്ഥത്തിൽ തന്നെയാണ് 'നിനക്കു ശാന്തി ഉണ്ടാകട്ടെ, എനിക്ക് ശാന്തി ഉണ്ടാകട്ടെ, എല്ലാവ ർക്കും ശാന്തി ഉണ്ടാകട്ടെ' എന്ന് സ്വാമി മുനിനാരായണപ്രസാദ്, 'അറിവിന്റെ ആദ്യപാഠങ്ങൾ' എന്ന പുസ്തകത്തിൽ പറഞ്ഞിട്ടു ള്ളതും.

ഈ അവസ്ഥയിൽ എത്തണമെങ്കിൽ ചെറുപ്പത്തിൽ തന്നെ ധാരാളം പോസിറ്റീവ് സ്ട്രോക്ക് കിട്ടിയി രിക്കണം. എന്നു മാത്രമല്ല സ്വയം നിരീക്ഷിച്ചു വിലയിരുത്താനുള്ള പ്രായവും പക്വതയും എത്തുകയും വേണം. ഞാനും നല്ലത് മറ്റുള്ളവരും നല്ലത് (I am OK,

You are OK) എന്നുപറയാൻ പറ്റുന്ന ജീവിതാവസ്ഥയിലേക്ക് നമ്മെ എത്തിക്കുന്ന തത്ത്വശാസ്ത്രമാണ് റ്റി.എ. സൈക്കോളജി.

മറ്റുള്ളവർ അഹംഭാവമെന്നും അഹങ്കാരമെന്നും മറ്റും പറയുന്ന അവസ്ഥയിലേക്ക് കുട്ടികൾ എത്തിച്ചേരുന്നത് പോസിറ്റീവ് സ്ട്രോക്കുകൾ ധാരാളം ലഭിച്ചതുകൊണ്ടല്ല, മറിച്ച് നെഗറ്റീവ് സ്ട്രോക്കുകൾ ധാരാളമായി ലഭിക്കുന്നതുകൊണ്ടാണെന്ന കാര്യം സോമവല്ലി ഉൾപ്പടെ എല്ലാവർക്കും ഇപ്പോൾ മനസ്സിലായിക്കാണുമെന്നു വിശ്വസിക്കുന്നു.

മനസ്സിലായെങ്കിലും ഒരു സംശയം കൂടി എന്നു പറഞ്ഞുകൊണ്ട് അദ്ധ്യാപിക കൂടി ആയ കമല എഴുന്നേറ്റു.

വാക്കുകളിലൂടെയുള്ള ഉത്തേജനം (verbal stroke) കുഞ്ഞുങ്ങൾക്കു ലഭിക്കുന്നത് വീട്ടിലെ മുതിർന്നവരിൽ നിന്നല്ലേ?

സംഭാഷണത്തിലൂടെ സ്ട്രോക്ക് ലഭിക്കുകയും, സ്ട്രോക്കുകളിലൂടെ സ്ക്രിപ്റ്റുകൾ രൂപപ്പെടുകയും ചെയ്യുന്നു എന്നു പറയുമ്പോൾ വീട്ടിലെ സംഭാഷണങ്ങൾക്കും കുഞ്ഞിന്റെ സ്വഭാവ രൂപീകരണവുമായി ബന്ധമുണ്ടെന്നല്ലേ കരുതേണ്ടത്?

ഒരു സംശയവും വേണ്ടാ, തീർച്ചയായും അങ്ങനെ തന്നെയാണ്. വീട്ടിലെ സംഭാഷണങ്ങൾ കുഞ്ഞിന്റെ സ്വഭാവത്തെ എങ്ങനെയെല്ലാം ബാധിക്കുന്നു എന്ന് അടുത്ത ക്ലാസ്സിൽ വ്യക്തമാക്കാം.

വീട്ടിലെ സംഭാഷണവും കുഞ്ഞുങ്ങളിലെ സ്ക്രിപ്റ്റ് രൂപീകരണവും

ഇന്നു ഞാൻ പറയാൻ ഉദ്ദേശിക്കുന്നത് നമ്മുടെയൊക്കെ വീടുകളിലെ സംഭാഷണങ്ങളെ പറ്റിയാണ്. അംഗപ്രത്യംഗ വർണ്ണനകളിലൂടെ കുഞ്ഞുങ്ങളെ വിശേഷിപ്പിച്ച് സന്തോഷം കണ്ടെത്തുക എന്നത് മിക്ക വീടുകളിലും കണ്ടുവരുന്നൊരു കാര്യമാണ്. അച്ഛനെ വാർത്തെടുത്തു വെച്ചതുപോലെയാണ്, അമ്മയുടെ അതേ നുണക്കുഴിയാണ്, അതേ കൂട്ടുപുരികം എന്നൊക്കെയുള്ള നിരൂപണങ്ങൾ നടത്താറുണ്ട് . എന്നാൽ ഇതുപോലുള്ള സംസാരങ്ങൾ പലതും കുഞ്ഞിന്റെ തലച്ചോറിൽ അനിവാര്യമായ സന്ദേശങ്ങൾ രജിസ്റ്റർചെയ്യാൻ ഇടയാക്കും. അവ പലപ്പോഴും കുഞ്ഞുങ്ങളെ സംബന്ധിച്ച് നെഗറ്റീവ് സ്ട്രോക്കുകൾ മാത്രമായിരിക്കും.

നാലുവയസ്സുള്ള കുഞ്ഞ് അടുത്ത വീട്ടിലെ കുട്ടികളുമായി കളിക്കാൻ എത്തിയതാണ് അപ്പോൾ ആ വീട്ടിലെ അമ്മൂമ്മ പറയുകയാണ്.

'ഹോ,വന്നല്ലോ തള്ളയുടെ കാലൻ'

അതു കേട്ടുനിന്ന അവരുടെ മകൾ:

'എന്താണമ്മേ ഇത്,ആ കുഞ്ഞിനെന്തു തോന്നും'

'ശ്ശെടാ,ഒള്ളതല്ലേ ഞാൻ പറഞ്ഞത്, അതു ജനിച്ചപ്പോഴല്ലേ അതിന്റെ തള്ള ചത്തത്? അപ്പോഴീ നശുവല് തള്ളേടെ കാലനല്ലേ? ഇതിനെ കാണുന്നതേ എനിക്കു പേടിയാ'.

ഇതിങ്ങനെ പലപ്പോഴും കേൾക്കേണ്ടിവന്നാൽ ആ കുഞ്ഞിന്റെ മനസ്സിൽ എന്തായിരിക്കും സംഭവിക്കുക?

ഞാൻ കാരണമാണ് അമ്മ മരിച്ചത്. ഞാനാണ് അമ്മയെ കൊന്നത്. അമ്മയുടെ കാലൻ താനാണെന്നു കുട്ടി അതിനെ വ്യാഖ്യാ

നിക്കും. അത് തലച്ചോറിൽ വളരെ ആഴത്തിൽ സ്ക്രിപ്റ്റു ചെയ്യപ്പെടുകയുംചെയ്യും. ഞാൻ ശരിയല്ല, ഞാൻ ചീത്തയാണ്. അയാം നോട്ട് ഓക്കേ (I am not ok)എന്നായിരിക്കും ആ സ്ക്രിപ്റ്റ്.

അമിത പ്രതീക്ഷയും അന്ധവിശ്വാസങ്ങളും കൊണ്ടുണ്ടായ നിരാശയുടെ ഒരു കഥ പറയാം. ഈ സംഭവകഥ ഞാൻ അമ്മൂമ്മയിൽനിന്നും കേട്ടറിഞ്ഞതാണ്. അമ്മുമ്മയുടെ ചെറുപ്പകാലത്ത് അയൽവീട്ടിൽ ജാനകി, ഗോമതി, ദേവകി എന്നിങ്ങനെ മൂന്നു സഹോദരിമാരുണ്ടായിരുന്നു. ചേച്ചിമാർക്കു രണ്ടുപേർക്കുംകൂടി ആറു മക്കൾ, ആറും പെൺകുട്ടികൾ. മൂന്നാമത്തെ സഹോദരി ദേവകിക്കും ആദ്യം പിറന്നതു പെണ്ണ്. അവർ വീണ്ടും ഗർഭിണി ആയപ്പോൾ, കൊച്ചുമക്കളുടെ കൂട്ടത്തിൽ എട്ടാമത്തേതെങ്കിലും ആൺകുട്ടി ആയിരിക്കണമെന്നു വീട്ടിലെല്ലാവരും ആഗ്രഹിച്ചിരുന്നു. അതിനാൽ കാർണവർ ജ്യോത്സ്യനെ വീട്ടിൽ വരുത്തി. വീട്ടുകാരുടെ ആഗ്രഹം മനസ്സിലാക്കിയ ജ്യോത്സ്യർ, പരിഹാര പൂജകളും ക്ഷേത്രങ്ങളിലേക്കുള്ള വഴുപാടുകളും നിർദ്ദേശിച്ചുകൊണ്ട് എട്ടാമത്തേത് പുത്രനായിരിക്കുമെന്നു പ്രഖ്യാപിച്ചു. വീട്ടിലുള്ളവർക്കെല്ലാം സന്തോഷമായെങ്കിലും പുരാണേതിഹാസങ്ങളിൽ ഏറെ വിശ്വാസമുള്ള കാരണവർ മാത്രം മൗനി ആയിരുന്നു. രണ്ടാംലോകമഹായുദ്ധം നടക്കുന്ന അക്കാലത്ത് ഈ സഹോദരിമാരുടെ ഏക സഹോദരൻ ഇന്നത്തെ മ്യാൻമർ ആയ ബർമ്മയിൽ സൈന്യത്തിലായിരുന്നു. അദ്ദേഹത്തെ ഓർത്തുകൊണ്ട് ആത്മഗതംപോലെ ആരോടെന്നില്ലാതെ കാരണവർ പറഞ്ഞുപോലും, 'കൊച്ചുമക്കളിൽ എട്ടാമതായി വരുന്നത് ദേവകിക്കു പുത്രനാണെങ്കിൽ പുരാണത്തിലേതെന്നപോലെ കംസവധം സംഭവിക്കുമോ ആവോ?'

ജനിക്കാൻ പോകുന്ന കുട്ടിയുടെ മാതുലനായ ബർമ്മയിലെ പട്ടാളക്കാരനെ ഉദ്ദേശിച്ചാണ് കാരണവർ പറഞ്ഞതെന്നു മനസ്സിലാക്കിയ ജ്യോത്സ്യർ 'ഏയ്, കംസവധംപോലെയൊന്ന് ഉണ്ടാകാനുള്ള യോഗം കാണുന്നില്ല' എന്നു പറഞ്ഞിട്ടു ദക്ഷിണയും വാങ്ങി പിരിഞ്ഞു. ജ്യോത്സ്യരുടെ പ്രവചനത്തിലും ഉറപ്പിന്മേലും പടുത്തുയർത്തിയ അമിതവിശ്വാസത്താൽ അതീവശ്രദ്ധയോടെ അവരുടെ ഗർഭകാല ശുശ്രൂഷകൾ നടന്നു. അമിതപ്രതീക്ഷയോടെ കാത്തിരുന്ന ആ ദിനം വന്നു. യഥാസമയം എത്തിയ വയറ്റാട്ടിയുടെ സാന്നിദ്ധ്യത്തിൽ പ്രസവം നടന്നു. പ്രസവത്തിന്റെ ആലസ്യത്തിൽ കിടക്കുകയായിരുന്ന അമ്മ കുഞ്ഞിനെ കാണുംമുമ്പു

തന്നെ വെളിയിൽ വീട്ടുമുറ്റത്തുനിന്നൊരു മടലടിശബ്ദം മാത്രം കേട്ടു. ഒരു കുരവയുടെ ശബ്ദംകൂടി പ്രതീക്ഷിച്ചിരുന്ന ആ സ്ത്രീയ്ക്ക് അതൊരു ഷോക്കായിരുന്നു. അതേത്തുടർന്ന് രണ്ടു ദിവസത്തേക്ക് അവർ ആഹാരമൊന്നും കഴിച്ചില്ലെന്നു മാത്രമല്ല ആരോടുമൊന്നും മിണ്ടിയതുമില്ല.

'മടലടി' എന്നു പറഞ്ഞതെന്താണു ടീച്ചറേ? ജിജ്ഞാസുക്കളായ രണ്ടുമൂന്നുപേർ ചോദിച്ചു.

അത് അക്കാലത്തുണ്ടായിരുന്ന ഒരു വാർത്താവിനിമയ രീതി ആയിരുന്നു. അന്ന് പ്രസവങ്ങളെല്ലാം വീടുകളിലായിരുന്നല്ലോ നടന്നിരുന്നത്. പെൺകുഞ്ഞാണെങ്കിൽ നാലഞ്ചുപേർ ചേർന്ന് ഓലയുടെ കവിൾമടൽ കൊണ്ട് മുറ്റത്ത് അടിച്ച് ശബ്ദമുണ്ടാക്കിയും ആൺകുഞ്ഞാണെങ്കിൽ മടൽ അടിക്കുന്നതിനോടൊപ്പം കുരവയിട്ടുമായിരുന്നു അന്നു പ്രസവം അയലുകാരെ അറിയിച്ചിരുന്നത്. അതിനെയാണ് മടലടി എന്നു ഞാൻ പറഞ്ഞത്. ഓലയുടെ കവിൾ മടലുകൊണ്ട് നാലു പ്രാവശ്യം വീട്ടുമുന്നിലെ തറയിൽ അടിച്ചിട്ട് ആ മടലുകൾ പുരയ്ക്കു മുകളിലൂടെ പിൻഭാഗത്തേക്ക് എറിയുകയാണ് പതിവ്. മടലുകൊണ്ടു തല്ലുന്ന ഈ ചടങ്ങിനെ മാത്തല്ലും കുരവയുമെന്നാണ് പറഞ്ഞിരുന്നത്.

ജ്യോത്സ്യരെ പിന്നെ ആ വഴിക്കു കണ്ടോ ടീച്ചറെ?

അതു മറ്റൊരു കഥ. വീണ്ടും പെണ്ണു പിറന്നതിൽ ക്രുദ്ധനായ കാരണവർ ജ്യോത്സ്യരെ വിളിപ്പിച്ചു ശകാരം തുടങ്ങി. പക്ഷേ ബുദ്ധിമാനായ ജ്യോത്സ്യർക്കു യാതൊരു ഭാവവ്യത്യാസവുമില്ലായിരുന്നു ഉഗ്രപ്രതാപിയായിരുന്ന കാരണവർക്ക് മുന്നിൽ അയാൾ മെല്ലെപ്പറഞ്ഞു.'അവിടുന്നു കോപിക്കരുത്, അടിയനന്നേ പറഞ്ഞതല്ലേ കംസവധം ഉണ്ടാകാനുള്ള യോഗം കാണുന്നില്ലെന്ന്'. കാരണവർ കണ്ണു മിഴിച്ചപ്പോൾ ജോത്സ്യർ വീണ്ടും 'ആൺപ്രജ ഉണ്ടായെങ്കിലല്ലേ അങ്ങൂന്നേ കംസവധം നടക്കൂ'. കാര്യം പിടികിട്ടിയ കാരണവർ ജ്യോത്സ്യരെ രൂക്ഷമായൊന്നു നോക്കി.

'അങ്ങൂന്നിനെ പേടിയായതുകൊണ്ടാണേ അടിയൻ അന്നത് കോലായിലെ ഉത്തരപ്പടിയിൽ കുറിച്ചിട്ടത്'

'എന്തോന്നു കുറിച്ചെന്നാ നീ പറയുന്നത്'

ചവിട്ടിക്കുതിച്ചുകൊണ്ട് കാരണവർ കോലായിലെ പൊക്കം കുറഞ്ഞ ഉത്തരപ്പടിയുടെ കീഴിലെത്തി. അവിടെ അയാൾ ആ നാരായലിഖിതം കണ്ടു. 'എട്ടാമതും പെണ്ണ്'

ആണിനെ ആഗ്രഹിച്ചിരുന്ന വീട്ടുകാർക്ക് എട്ടാമതും പെണ്ണു പിറന്നതിൽ ഒട്ടും സന്തോഷമില്ലായിരുന്നു. ആ പെൺകുഞ്ഞിനെ കുഞ്ഞുപ്രായത്തിൽ വളർത്തിയിരുന്നത് ആൺകുട്ടിയുടെ വേഷ വിധാനത്തോടുകൂടി ആയിരുന്നു. കുഞ്ഞു വളരുംതോറും അവസരം കിട്ടുമ്പോഴെല്ലാം ആ കുടുംബത്തിലെ അംഗങ്ങളെല്ലാവരും ചേർന്ന് ഈ പെൺകുട്ടിയിൽ കുറ്റം കണ്ടെത്താൻ ശ്രമിച്ചുകൊണ്ടിരുന്നു.

ഹോ ! എന്തെല്ലാം വഴിപാടും നേർച്ചയും നടത്തിയതാ ഒരാണു ണ്ടാകാൻ, എന്നിട്ടു വന്നതോ മുടിയാനായി വീണ്ടും പെണ്ണ്. ഇനിയും എത്ര പൊന്നുണ്ടാക്കിയാലാ ഇതിനെയൊക്കെ ഒന്നു പറഞ്ഞു വിടാനാവുക. എവിടുന്നാ ദൈവമേ ഇതെല്ലാം ഉണ്ടാക്കുക? ഇങ്ങ നെയെല്ലാം പറയുന്നത് ആ വീട്ടിൽ ഒരു സ്ഥിരം പതിവായി. പറ ഞ്ഞിരുന്നത് പെൺകുട്ടി കേൾക്കത്തക്ക വിധത്തിലും അതിന്റെ മുഖത്തു നോക്കിയുമായിരിക്കുമല്ലോ. കൗമാരത്തിലേക്കെത്തിയ പെൺകുട്ടി ഇതെല്ലാം കേട്ടു മടുത്തിട്ടായിരിക്കും ഒരുനാൾ വീടുവി ട്ടെങ്ങോട്ടോ പോയി. വീട്ടുകാർക്കു താൽപ്പര്യമില്ലാതിരുന്നതി നാലാകാം ആ കുട്ടിയെപ്പറ്റി പിന്നീടു് ഒരന്വേഷണവുമുണ്ടായില്ല. ഏറെ നാളുകൾക്കുശേഷം നാട്ടുകാരാരോ പഴനി ക്ഷേത്രത്തിനടു ത്തുവച്ച് അവരെ ഭിക്ഷക്കാരുടെ കൂട്ടത്തിൽ കണ്ടെന്നും അടുത്തു ചെന്നു സംസാരിക്കാൻ തുനിഞ്ഞപ്പോൾ ഓടിമറഞ്ഞെന്നുമാ യിരുന്നു അമ്മൂമ്മക്കഥയുടെ അന്ത്യം.

ഈ കഥയവിടെ നിൽക്കട്ടെ.

അന്ന് ആ വീട്ടിലെ പെൺകുട്ടി കേട്ട അധിക്ഷേപങ്ങൾ മൂലം അതിന്റെ വികാരവിചാരങ്ങൾ എന്തായിരിക്കും? തുടർന്നു രൂപപ്പെ ടുന്ന സ്ക്രിപ്റ്റ് എന്തായിരിക്കും, ഇതെല്ലാമൊന്നറിയേണ്ടേ?

I am not ok, you are ok

അവർക്ക് ആണിനെ മതി. എന്നെ വേണ്ടാ,ഞാൻ പെണ്ണല്ലേ. അവരാഗ്രഹിക്കാതെ പിറന്നവളല്ലേ. അതുകൊണ്ടുള്ള വെറുപ്പല്ലേ ഈ വഴക്കു പറച്ചിലിനെല്ലാം കാരണം. അവർക്കു ഞാനൊരധിക പ്പറ്റാണ്. എന്നെ കല്യാണം ചെയ്തുവിടാൻ ഏറെ പണച്ചെലവു ണ്ടെന്നവർ പറയുന്നതു ശരിയായിരിക്കും, അതുകൊണ്ടല്ലേ നിര ന്തരം പിരാക്കു നടത്തുന്നത്. ഇനിയും ഞാനൊരധികപ്പറ്റാ കുന്നില്ല. ഒഴിഞ്ഞു പോയേക്കാം. ഇങ്ങനെയെല്ലാമുള്ള ചിന്തകളു ടെ ആകെത്തുകയായി തലയിൽ രൂപംകൊള്ളുന്നതെന്താണ്?

'ഞാൻ ചീത്തയാണ്, ഞാൻ ശരിയല്ല, അവർ പറയുന്നതാണു ശരി' എന്നിങ്ങനെയുള്ള സ്ക്രിപ്റ്റാണപ്പോൾ രൂപം കൊള്ളുന്നത്. ഇതാണ് അയാം നോട്ട് ഓക്കേ, യൂ ആർ ഓക്കേ (I am not ok, you are ok)

I am ok, you are not ok

വേറൊരു കുടുംബത്തിൽ ഒരു കൊച്ചുപെൺകുട്ടിയോട് അതിന്റെ അമ്മൂമ്മ പറയുകയാണ് നീ മിടുക്കിയല്ലേ? നാലു പേരിലും വച്ച് ഏറെ സുന്ദരിയും നീ തന്നെയാണ് . ഇതു കേട്ടാൽ നമുക്കെന്താണു തോന്നുക? അമ്മൂമ്മ കൊച്ചുമകളെ സ്ട്രോക്കു കൊടുത്തു സന്തോഷിപ്പിക്കുകയാണെന്നല്ലേ?എന്നാൽ ഫലത്തിൽ സംഭവിക്കുന്നതെന്താണെന്നു മനസ്സിലാക്കാൻ അമ്മൂമ്മ പിന്നീടു പറയുന്നതും കൂടി കേൾക്കുക.

'അന്നു നിന്റമ്മ കഴിച്ച മരുന്നു ഫലിച്ചിരുന്നെങ്കിൽ എന്റെ പൊന്നോ, ഞങ്ങൾക്ക് നിന്നെ കിട്ടുമായിരുന്നോ' നിർദ്ദോഷമായി എന്നാൽ ഏറെ സ്നേഹത്തോടെ അമ്മൂമ്മ കൊച്ചുമകളെ കെട്ടിപ്പിടിച്ചു ലാളിച്ചുകൊണ്ട് ദൂരേക്ക് നോക്കി അതു പറയുമ്പോൾ, 'അതെന്താ അമ്മൂമ്മേ' എന്നു കൊച്ചുമകൾ.

'അതൊരു ദാരിദ്ര്യത്തിന്റെ കഥയാണു മോളേ. നിന്റെ അച്ഛന്റെ കമ്പനിജോലി നഷ്ടപ്പെട്ട കാലം. അന്നു മിക്കവാറും പട്ടിണിയാണ്. മൂന്നു മക്കൾക്കു ശേഷം നാലാമതും നിന്റമ്മ ഗർഭിണിയായപ്പോൾ, ദാരിദ്ര്യം കാരണം ഇനിയും കുഞ്ഞുങ്ങൾ വേണ്ട എന്നവർ കരുതി. അവരെ കുറ്റം പറയാൻ പറ്റുമോ. ജോലിയില്ലാത്ത അവസ്ഥയിൽ ആറുപേരുള്ള വീട്ടിൽ ഏഴാമതായി ഒരാളു കൂടി വന്നാൽ എങ്ങനെ കഴിയുമെന്ന് അവരോർത്തു കാണും. അങ്ങനെയാണ് മരുന്ന് കൊടുത്ത് ആ ജീവനെ ഇല്ലാതാക്കാൻ തീരുമാനിച്ചത്. പക്ഷേ അത് അലസിയില്ല. ഉടുമ്പ് പിടിച്ചപോലല്ലേ നീയന്നു വയറ്റിൽ കിടന്നത്. അതുകൊണ്ടല്ലേ ഞങ്ങൾക്കീ സുന്ദരിക്കുട്ടിയെ കിട്ടിയത്. നീ ഞങ്ങടെ പൊന്നുംകുടമല്ലേ' അതു പറഞ്ഞുകൊണ്ട് അമ്മൂമ്മ പെൺകുട്ടിയെ വീണ്ടും ഇറുകെപ്പുണർന്നു.

അമ്മൂമ്മയുടെ സ്നേഹമൊഴുകുന്ന വാക്കുകൾ കേട്ട കുഞ്ഞിന്റെ ഉള്ളിൽ എന്ത് സന്ദേശമായിരിക്കും ലഭിക്കുക?

ഞാൻ പൊന്നിൻകുടമായിട്ടെന്തുകാര്യം എന്നെ അച്ഛനുമമ്മയ്ക്കും വേണ്ടായിരുന്നല്ലോ. ഇല്ലാതാക്കാൻ നോക്കിയിട്ടും അവരാ

ഗ്രഹിക്കാതെ പിറന്നവളല്ലേ ഞാൻ. അവർക്ക് വേണ്ടാത്തവളാണ് ഞാൻ. അവർ എന്നെ നശിപ്പിക്കാൻ ശ്രമിച്ചവരാണ്. ഞാൻ നിരപരാധിയല്ലേ, ഈ അച്ഛനുമമ്മയും ചീത്തയാണ്. അവർ ശരിയല്ല. ഇങ്ങനെയെല്ലാമുള്ള ചിന്തകളായിരിക്കും ആ കുട്ടിയെ ഭരിക്കുന്നത്. അപ്പോൾ അച്ഛനമ്മമാരെ ആജീവനാന്തം ഭയത്തോടും സംശയത്തോടെയുമല്ലേ ആ കുട്ടി കാണൂ. ഇവിടെയാണ് അയാം ഓക്കേ, യൂ ആർ നോട്ട് ഓക്കേ (I am Ok You are not Ok) 'ഞാൻ ശരിയാണ്, പക്ഷേ നിങ്ങൾ ശരിയല്ല' എന്ന സന്ദേശം സ്ക്രിപ്റ്റ് ചെയ്യപ്പെടുന്നത്. അങ്ങനെയുള്ള കുട്ടികൾ വളർന്നുവരുമ്പോൾ അച്ഛനമ്മമാരെ വെറുക്കുന്നതിനോ ദ്രോഹിക്കുന്നതിനോ അനാഥാലയത്തിൽ തള്ളുന്നതിനോ ഉള്ള സാധ്യത ഏറെയാണ്.

I am not ok You are ok

ഒരമ്മ കുഞ്ഞുമകനെ അടുത്തിരുത്തിക്കൊണ്ട് അവന്റെ വീരപരാക്രമങ്ങൾ അവരുടെ കൂട്ടുകാരിയോട് പറഞ്ഞു രസിക്കുകയാണ് 'ഇവനെന്റെ വയറ്റിൽ കിടക്കുന്ന നാൾമുതൽ ചട്ടമ്പിയാ. അവിടെക്കിടന്നുള്ള ഞെളിയലും പുളയലും ഇത്തിരി കൂടുതലായിരുന്നു. ആശുപത്രിയിലെ പ്രസവത്തിന്റെ തലേദിവസം രാവിലെ ഡോക്ടർ പറഞ്ഞതു് നോർമ്മൽ ഡെലിവറി ആയിരിക്കുമെന്നാണ്. വൈകിട്ട് ആറുമണിക്ക് ഡോക്ടർ വീണ്ടും പരിശോധിച്ചപ്പോൾ അതുവരെ വയറ്റിൽ തലകീഴായ് കിടന്ന ഇവനൊന്നു പുളഞ്ഞു നിവർന്നു , കാലു താഴെ ആയ പരുവത്തിലായി. സാദാ പ്രസവം പ്രതീക്ഷിച്ചിരുന്ന ഡോക്ടർ പറഞ്ഞു ഇനിയിപ്പോൾ സിസേറിയനേ പറ്റൂ. അങ്ങനെയാണ് എന്റെ വയറു കീറി ഈ സുന്ദരക്കുട്ടൻ പുറത്തു വന്നതു്. പിന്നീടെന്റെ വയറ്റിലെ മുറിവുണങ്ങാൻ എത്ര ദിവസം ഞാൻ അനങ്ങാതെ വേദന സഹിച്ചു കിടന്നെന്നറിയുവോ? ആ ഓപ്പറേഷനു ശേഷമാണ് എനിക്കീ നടുവുവേദന സ്ഥിരമായി വരാൻ തുടങ്ങിയത്'

അതു പറഞ്ഞുകൊണ്ട് അരുമയോടെ അവർ മകനെ കെട്ടിപ്പിടിച്ചു. ഇവനുവേണ്ടി ഞാനെന്തെല്ലാം സഹിച്ചു എന്നു കുഞ്ഞിനെ അറിയിക്കാനും അതുവഴി കുഞ്ഞിന് അമ്മയോടു കൂടുതൽ സ്നേഹം ഉണ്ടാകാനുമായിരിക്കണം ആ അമ്മ അങ്ങനെ പറഞ്ഞത്. പക്ഷേ, ഇതെല്ലാം കേൾക്കുന്ന കുഞ്ഞ് എന്താണു വിചാരിക്കുക?

ഞാനാണ് അമ്മയുടെ വയറു കീറാൻ കാരണക്കാരൻ, അമ്മ

യ്ക്ക് നടുവുവേദന ഉണ്ടാകാൻ കാരണം ഞാനാണ് എന്നിങ്ങനെയുള്ള സന്ദേശം ലഭിക്കുന്ന കുട്ടിക്ക് ആജീവനാന്തം'അയാം നോട്ട് ഓക്കേ' (I am not ok) എന്ന കുറ്റബോധം നിലനിൽക്കാം.

ഒരു വീട്ടിലെ അമ്മൂമ്മ നാലുവയസ്സുള്ള കൊച്ചുമകളോട് പറയുകയാണ്: കല്യാണം കഴിഞ്ഞ് അഞ്ചുവർഷമായിട്ടും കുഞ്ഞുങ്ങളുണ്ടാകാതിരുന്ന എന്റെ മോൾക്കുവേണ്ടി ഗുരുവായൂരമ്പലത്തിൽപോയി ഞാൻ കരഞ്ഞുപ്രാർത്ഥിച്ചിട്ടു കിട്ടിയതാണ് ഞങ്ങൾക്കു നിന്നെ.

അതുകേട്ടയുടൻ, 'എന്നിട്ടാണോ അമ്മ എപ്പോഴും എന്നെ തല്ലുന്നത്?' എന്നായിരുന്നു കുഞ്ഞിന്റെ മറുപടി.

ഈ കുഞ്ഞിന്റെ മനസ്സിൽ എന്തായിരിക്കും അപ്പോൾ സംഭവിക്കുക. അമ്മൂമ്മയുടെ സംസാരവും അമ്മയുടെ പ്രവൃത്തിയും തമ്മിൽ പൊരുത്തക്കേട് കാണുന്ന കുഞ്ഞിനു അവരിൽ വിശ്വാസം ഇല്ലാതെ വരും. അങ്ങനെ വന്നാൽ കുഞ്ഞിനെ കുറ്റം പറയുവാൻ കഴിയുമോ?

എല്ലാ വീടുകളിലും സംഭവിച്ചേക്കാവുന്ന സംസാരങ്ങളാണ് ഇതുവരെ പറഞ്ഞതെല്ലാം. ഇങ്ങനെയൊക്കെ പറയുന്നത് ആരുടേയും കുറ്റമല്ല. പറയുന്നവരുടെ സ്ക്രിപ്റ്റുകളുടെ കുഴപ്പമാണ്.

ഒരു കാര്യം പ്രത്യേകമോർക്കണം.

പറഞ്ഞുപോയ വാക്കുകളെ തിരിച്ചെടുക്കാൻ കഴിയില്ല. അവ കൈവിട്ട കല്ലുപോലെയാണ്, ഒരിക്കലും തിരിച്ചു വിളിക്കാൻ കഴിയില്ല. നമ്മൾ കുഞ്ഞുങ്ങളുടെ മുന്നിൽ വാക്കുകൾ ഓരോന്നും സൂക്ഷ്മതയോടെ വേണം ഉപയോഗിക്കാൻ. അവരിലെ ഒട്ടുമിക്ക പ്രശ്നങ്ങൾക്കും കാരണക്കാർ അധ്യാപകരും രക്ഷിതാക്കളും ആണെന്ന കാര്യം പ്രത്യേകം ഓർമ്മവേണം. അതിൽ പ്രാധാന്യം കൂടുതലുള്ളത് അധ്യാപകരുടെ വാക്കുകൾക്കാണ് .

കൊച്ചുകുഞ്ഞുങ്ങൾക്ക് എപ്പോഴും മാതാപിതാക്കളേക്കാൾ കൂടുതൽ വിശ്വാസം അധ്യാപകരെയാണ്. പകൽ ഏറെ സമയവും കുട്ടികൾ ചെലവഴിക്കുന്നത് അധ്യാപകരോടൊപ്പമാണെന്നതാണ് അതിനൊരു കാരണം. അതിനാൽ തീർച്ചയായും അധ്യാപകർ ജാഗ്രതയോടെ വേണം കുട്ടികളോടു പെരുമാറേണ്ടത്. മാത്രവുമല്ല അധ്യാപകരെല്ലാം റ്റി.എ. അഥവാ ട്രാൻസാക്ക്ഷണൽ അനാലിസിസ് പഠിക്കുകയും വേണം. കഴിയുമെങ്കിൽ എല്ലാവരും റ്റി.എ. പഠിച്ചിട്ടു വേണം മാതാപിതാക്കളാകാൻ ഒരുങ്ങേണ്ടത്.

വ്യത്യസ്തമായ രണ്ട് സ്ക്രിപ്റ്റുകൾ മനസ്സിൽ ഉയർത്തെഴുന്നേൽക്കുമ്പോൾ

കള്ളനെ നമ്പിയാലും കുള്ളനെ നമ്പാൻ പാടില്ലെന്ന് അമ്മൂമ്മ പറഞ്ഞു കേട്ടിട്ടുണ്ട്.

പക്ഷേ അങ്ങനെയുള്ള കേട്ടറിവുകൾ ആരുടെ തലയിലും സ്ക്രിപ്റ്റ് ആയി തീരാറില്ല. എന്നാൽ ഒരേ അനുഭവം ആവർത്തിക്കുമ്പോൾ അത് സ്ക്രിപ്റ്റായി മാറാറുണ്ട്. അറിവല്ല അനുഭവ മാണ് സ്ക്രിപ്റ്റ് ആയി മാറുന്നത്. ഒരേ ആളിൽത്തന്നെ രണ്ടുരീതിയിലുള്ള പരസ്പരവിരുദ്ധമായ സ്ക്രിപ്റ്റുകളും രൂപപ്പെട്ടേക്കാം. അവയുടെ ആകെത്തുകയായിരിക്കും അവരുടെ ജീവിതത്തിലെ തീരുമാനങ്ങൾ.

വീട്ടിൽ കയറി ആഹാരസാധനങ്ങൾ കട്ടുതിന്നുന്ന പൂച്ചയെ പലപ്പോഴും ഗൃഹനായിക കള്ളപ്പിശാചെന്നു പറഞ്ഞ് തല്ലി ഓടിക്കുന്നത് പതിവായിരുന്നു. അപ്പോഴെല്ലാം അവരുടെ ഭർത്താവ് പറയാറുണ്ട് 'ആ പാവത്തിനെ തല്ലുന്നതു കഷ്ടമാണ്. ആ ജന്തുവിനുമില്ലേ വിശപ്പ്. അതിനു തിന്നാനെന്തെങ്കിലും കൊടുത്തുകൂടേ?'

പക്ഷേ, കർക്കശക്കാരിയായ അവരുണ്ടോ കേൾക്കുന്നു. അവർ വീണ്ടും പൂച്ചയെ തല്ലിയോടിക്കാൻ ശ്രമിക്കും. അപ്പോൾ ഭാര്യയെ പിന്തിരിപ്പിക്കുന്ന ഉദ്യമത്തിൽ നിന്നും ഭർത്താവ് പിൻവാങ്ങും. നിരന്തരം ഇത് വീട്ടിൽ അരങ്ങേറിയിരുന്നത് അവരുടെ ചെറിയ മകൻ കണ്ടുംകേട്ടുമാണ് വളർന്നു വന്നതു്. അന്നുമുതൽ അവനിൽ ഒരു തീരുമാനം അഥവാ സ്ക്രിപ്റ്റ് രൂപംകൊള്ളുന്നുണ്ട്. 'പൂച്ചകൾ കള്ളപ്പിശാശുക്കളാണ്.'

കാലംകുറേ കഴിഞ്ഞപ്പോൾ ഈ മകൻ വിവാഹിതനായി. ഒപ്പം ഭാര്യയുമുണ്ട്. ഒരുനാൾ വീട്ടുമുറ്റത്ത് ഒരു പൂച്ചയെ കണ്ടപ്പോൾ പണ്ട് അമ്മ പറയുമായിരുന്ന കാര്യം ഇയാൾക്ക് ഓർമ്മ വന്നു. പൂച്ച

കൾ കള്ളപിശാശുക്കളാണ്, അവ ആഹാരസാധനങ്ങൾ മോഷ്ടിക്കും. അവയെ തല്ലിഓടിക്കണം. അതാണയാളുടെ സ്ക്രിപ്റ്റ്. അയാൾ പൂച്ചയ്ക്കു പിന്നാലെ പായും. അപ്പോൾ അയാളുടെ ഭാര്യ

'അതിനെ തല്ലല്ലേ അതു പൊക്കോളും' എന്നു പറഞ്ഞാൽ അയാളിൽ എന്തായിരിക്കും ചിന്ത?'

ഭാര്യ പറഞ്ഞതിനു സമാനമായ ഒരു വാചകം പണ്ട് അച്ഛൻ പറയുമായിരുന്നത് അയാൾക്കോർമ്മ വരും.'ആ പാവത്തിനെ തല്ലുന്നത് കഷ്ടമാണ്, ആ ജന്തുവിനുമില്ലേ വിശപ്പ്, അതിനെന്തെങ്കിലും തിന്നാൻ കൊടുത്തുകൂടെ?'

അതും അയാളുടെ ഒരു സ്ക്രിപ്റ്റായിരുന്നു. പക്ഷേ അതത്ര സ്ട്രോംങ്ങ് ആയിരുന്നില്ല. അയാൾ ഒരു സ്ക്രിപ്റ്റും പൂർണ്ണമായി നടപ്പാക്കിയില്ല. അതായത് ആദ്യത്തെ സ്ക്രിപ്റ്റു പ്രകാരം തല്ലി ഓടിക്കുകയോ. രണ്ടാമത്തെ സ്ക്രിപ്റ്റു പ്രകാരം ആഹാരം കൊടുക്കുകയോ ചെയ്തില്ല. പകരം രണ്ടു സ്ക്രിപ്റ്റുകളുംകൂടി കൂട്ടിക്കിഴിച്ചിട്ട് പൂച്ചയെ തല്ലാതെ, ആഹാരം കൊടുക്കാതെ ഓടിച്ചുവിടാനായിട്ടൊരു തീരുമാനമെടുത്തു.

ഇങ്ങനെ രണ്ട് രീതിയിൽ സ്ക്രിപ്റ്റു ചെയ്യപ്പെട്ടിട്ടുള്ള കുട്ടികളും ഉണ്ടാകാറുണ്ട്. ഒരാൾക്ക് ചെറുപ്പത്തിൽ ലഭിക്കുന്ന പോസിറ്റീവും നെഗറ്റീവുമായ സ്ക്രിപ്റ്റുകളുടെ ആകെത്തുകയായിരിക്കും അയാളുടെ തലവര. ചിലർക്ക് പോസിറ്റീവ് മുന്നിട്ടു നിൽക്കും മറ്റു ചിലർക്ക് നെഗറ്റീവും. ഒരാളിനെ കാണുന്ന മാത്രയിൽത്തന്നെ അയാളുടെ ആകാരവും ഭാവവും പരിഗണിച്ച് അയാൾ ദുഷ്ടനാണെന്നു തോന്നിയിട്ട് അതു വിശ്വസിച്ചാൽപോലും പിന്നീടെപ്പോഴെങ്കിലും അയാളുമായി ബന്ധപ്പെടുമ്പോൾ അയാളിൽനിന്നും ഉണ്ടാകുന്നത് നല്ല അനുഭവങ്ങളാണെങ്കിൽ മുൻപുണ്ടായിരുന്ന വിശ്വാസം മാറുന്നു. അതിനർത്ഥം നേരത്തെ ഉണ്ടായിരുന്ന വിശ്വാസം സ്ക്രിപ്റ്റഡ് ആയിരുന്നില്ല എന്നതുതന്നെയാണ്. എല്ലാ തോന്നലുകളും സ്ക്രിപ്റ്റ് ചെയ്യപ്പെടാറില്ല. സ്ക്രിപ്റ്റെന്നു പറയണമെങ്കിൽ ആ തീരുമാനത്തിൽ നിന്നും നമുക്കു മാറാൻ കഴിയാതെ വരണം. ദേഷ്യപ്പെട്ടതിനു ശേഷം പലപ്പോഴും ചിലർക്കെങ്കിലും തോന്നാറുണ്ട്, 'ശ്ശെ,വേണ്ടായിരുന്നു'. പക്ഷേ, അങ്ങനെ തോന്നിയാൽപോലും അതിനു കഴിയാറില്ല, എന്താണതിനു കാരണം? അതു സ്ക്രിപ്റ്റഡ് ആയിപ്പോയി.

കോളേജ് പ്രൊഫസർമാരായ ഭാര്യാ ഭർത്താക്കൻമാർ

ഒരിക്കൽ എന്നെ കാണാൻ ഒരുമിച്ചെത്തി. ഭാര്യക്ക് പരാതി, എന്തു പറഞ്ഞാലും ഭർത്താവിന് ദേഷ്യമാണെന്നാണ്. ഭർത്താവിന് പരാതി, ഇവളുടെ ചൊറിഞ്ഞ വർത്തമാനമാണ് എല്ലാത്തിനും കാരണമെന്നാണ്.

പലപ്പോഴും വഴക്കുതുടങ്ങുന്നത് നിസ്സാരകാര്യങ്ങളിൽ നിന്നു മാണെന്ന് അവരുമായുള്ള സംസാരത്തിൽ നിന്നും മനസ്സിലായി.

ഇന്നലെ വഴക്കിട്ടോ, ഞാൻ അദ്ദേഹത്തോടു ചോദിച്ചു. 'ഇന്ന ലെയും വഴക്കിട്ടു മാഡം'

എന്തായിരുന്നു കാരണം?

'മീൻകറിക്ക് എരുവ് കൂടിയ കാര്യം ഞാനൊന്നു പറഞ്ഞുപോയി മാഡം'

'അതെങ്ങനെയാണു പറഞ്ഞതെന്ന് ഒന്നു ചോദിക്കൂ മാഡം' ഭാര്യയ്ക്ക് അരിശം കേറി.

'എങ്ങനെയാണ് പറഞ്ഞത്' ഞാൻ ചോദിച്ചു.

'ഈ എരിവെല്ലാം കൂടി തന്ന് എന്റെ കുടലു കത്തിക്കാനാ ണോടീ നിന്റെ ഭാവം? എന്നു ഞാൻ ചോദിച്ചതു ശരിയാ മാഡം'

അതുകേട്ടയുടൻതന്നെ ഭാര്യ തുടങ്ങി. അങ്ങനെ ഒരു വഴക്കി ന്റെ പുനരാവിഷ്ക്കാരം എനിക്കവിടെ കാണാനും കേൾക്കാനും കഴിഞ്ഞു.

ഇതാ കേട്ടോളൂ.

ഓ പിന്നേ,ഒരു ദിവസം ഇത്തിരി എരുവു കൂട്ടിയെന്നു വിചാരിച്ചു ആരും ചത്തുപോകത്തില്ല. ഇത്രയൊക്കേ എന്നെക്കൊ ണ്ട് പറ്റൂ, വേണമെങ്കിൽ കഴിച്ചാൽമതി.

ചത്തുപോകാത്തതാ നിനക്ക് വിഷമം അല്ലേ. എന്നാൽപിന്നെ നാളെ മുതൽ കുറേക്കൂടി എരിവു ചേർക്കടീ. അപ്പോൾ ഞാനെളു പ്പമങ്ങു ചത്തുകിട്ടുമല്ലോ.

ങ, ഇതിനെക്കാൾ ഭേദമതാ. ശബ്ദമല്പം താഴ്ത്തിയാണ് അവ രതു പറഞ്ഞത്.

എന്തോന്നാടീ ഇരുന്നു പിറുപിറുക്കന്നത്. വായ് തുറന്നു പറ ഞ്ഞുകൂടേ?

ങാ,എന്നാൽപിന്നെ കേട്ടോ. എന്റെ ദൈവമേ അടുത്ത ജന്മ ത്തിലെങ്കിലും എനിക്കീ പിശാശിനെ തരല്ലേ. ഈ കാലമാടനെ

ങ്ങടെങ്കിലുമൊന്നൊന്നു ചത്തുകിട്ടിയിരുന്നെങ്കിൽ പിന്നെനിക്കീ ചീത്ത കേൾക്കേണ്ടി വരില്ലായിരുന്നു.

ങാഹാ, അപ്പോൾ നിന്റെ മനസ്സിലിരുപ്പതാണല്ലേ? നിന്നെ ഞാൻ കാണച്ചു തരാമെടീ.

എന്തോന്നു കാണിക്കാനാ?

മെയ്യനങ്ങതെ ഇരുന്ന് മൂന്നു നേരവും ഉരുട്ടി വിഴുങ്ങുന്നതും പോരാ കാണിച്ചു തരുമെന്ന്. അടുക്കളയിൽ കിടന്നു മടയ്ക്കുന്നതു ഞാനല്ലേ? നാളെ മുതൽ ഞാൻ കാണിച്ചു തരാം, എന്തെങ്കിലും വെച്ചുവിളമ്പി തന്നെങ്കിലല്ലേ കുറ്റം പറയാൻ നാക്കു പൊങ്ങൂ. ഇനിയെന്തെങ്കിലും ഉണ്ടാക്കിത്തരാൻ നിങ്ങടെ മറ്റവളുമാരാരെങ്കിലും വരുമോന്നു ഞാനൊന്നു നോക്കട്ടെ.

ആരാടീ എന്റെ മറ്റവളുമാര്. ഓ, നീ മാത്രം വല്ല്യ ശീലാവതി, ഇവിടുന്നു പോയാൽ നിനക്കു വേറൊരുത്തനുണ്ടല്ലോ. പണ്ട് നീ അവന്റെ തോളിൽ കേറിയല്ലേ നടന്നത്.

ദേ മനുഷ്യാ വേണ്ടാതീനം പറഞ്ഞാലുണ്ടല്ലോ?

പറഞ്ഞാൽ നീയെന്തോ ചെയ്യുമെടീ ചൂലേ?

ദേ, ഒരു കാര്യം ഞാൻ പറഞ്ഞേക്കാം. എന്റെ വായ് മാത്രമല്ല, കയ്യും ചൊറിഞ്ഞു വരുന്നുണ്ട്.

ങാഹാ, അപ്പോ നിനക്കെന്നെ തല്ലണം ഇല്ലേടീ കൂത്തച്ചീ? എന്നാൽ തല്ലടീ നീ.

പോരുകോഴികളേ പോലുള്ള അവരുടെ സംഭാഷണം അവിടെ വരെ എത്തിയപ്പോൾ ഞാനൽപ്പം ഭയന്നു പോയി. ആ സംസാരത്തിനു തടയിടാനായി വേഗം ഞാൻ കൈയ്യുയർത്തിക്കാണിച്ചു.

'അല്ലെങ്കിലവിടെ പടപടാന്ന് അടി നടന്നേനേ ഇല്ലേ ടീച്ചറേ?'

ഒരു റേഡിയോനാടകം കേൾക്കും പോലെ രസം കയറിയ കേഴ്വിക്കാരിൽ ഒരാളുടേതായിരുന്നു ആ ചോദ്യം.

നിങ്ങൾക്കെന്തുവേണമെങ്കിലും ഊഹിക്കാം. പക്ഷേ അതല്ല നമുക്കിവിടെ അറിയേണ്ടത്. അവരെന്തുകൊണ്ടങ്ങനെ സംസാരിക്കുന്നു എന്നാണ്.

അയാൾക്കു വയറ്റിൽ അൾസർ ഉള്ളതിനാൽ എരിവു കഴിക്കുന്നത് ബുദ്ധിമുട്ടുള്ള കാര്യമാണെണ് അയാളുമായുള്ള സംസാരത്തിൽനിന്നും ഞാൻ നേരത്തെ മനസ്സിലാക്കിയിരുന്നു

'എടോ, ഈ മീൻകറിക്ക് എരിവൽപ്പം കൂടുതലാണല്ലോ. ഇങ്ങ

നെ ആയാലെന്റെ വയറിന്റെ അസുഖം ഇനിയും കൂടും. അല്പം കൂടി എരിവു കുറയ്ക്കാമായിരുന്നു' ഇങ്ങനെ പറയേണ്ട കാര്യമാണ്

ഈ എരിവെല്ലാംകൂടി തന്നിട്ടെന്റെ കുടലു കത്തിക്കാനാണോടീ നിന്റെ ഭാവം? എന്ന ചോദ്യംകൊണ്ടയാൾ സാധിച്ചെടുത്തത്. അങ്ങനെ പറഞ്ഞാലേ അവളനുസരിക്കൂ. അതുതന്നെയാണതിന്റെ ശരി, എന്നെല്ലാമാണ് അയാളുടെ വിശ്വാസം. ചിലരങ്ങനെയാണ്, മുൻപൊരു ക്ലാസ്സിൽ എന്റെ അമ്മാവനേപ്പറ്റി പറഞ്ഞതോർമ്മയുണ്ടല്ലോ? ചോദ്യങ്ങളിലൂടെയാണ് അവർ തങ്ങൾക്കു പറയാനുള്ളത് അവതരിപ്പിക്കുന്നത്. അതവരുടെ സ്ക്രിപ്റ്റാണ്.

സൗമ്യമായിട്ടായിരുന്നു ഭർത്താവതുപറഞ്ഞിരുന്നതെങ്കിൽ, എങ്ങിനെ ആയിരിക്കുമായിരുന്നു ഭാര്യയുടെ പ്രതികരണം. ആരാണിതിനുത്തരം പറയുക? സ്ത്രീപക്ഷത്തുനിന്നാരെങ്കിലും പറഞ്ഞാൽ മതി.

'അയ്യോ, ഒരബദ്ധം പറ്റിപ്പോയതാ. ഇനി ഞാൻ ശ്രദ്ധിച്ചുകൊള്ളാം. എന്നു പറഞ്ഞിരുന്നെങ്കിൽ ആ സംസാരത്തിന് ഒരു സുഖപര്യവസാനമുണ്ടാകുമായിരുന്നു ടീച്ചർ'

'ശ്രദ്ധിച്ചുകൊള്ളാമെന്നു പറയുന്ന ഭാര്യയോട്, അതുപോകട്ടെ, സാരമില്ല എന്നുകൂടി ഭർത്താവു പറഞ്ഞിരുന്നെങ്കിൽ ഭാര്യക്കെന്തു തോന്നുമായിരുന്നു? തന്നോടു ഭർത്താവു ക്ഷമിച്ചിരിക്കുന്നു എന്നല്ലേ അവർക്കു തോന്നുക? അതുകൂടിയാകുമ്പോഴേ ശരിക്കും സുഖപര്യവസാനമുണ്ടാകൂ സോമവല്ലീ'.

'രണ്ടു വ്യക്തികൾ തമ്മിലുള്ള സൗഹൃദങ്ങൾക്ക് അവരിലെ സ്ക്രിപ്റ്റുകളുമായി ബന്ധമുണ്ട്. നെഗറ്റീവ് സ്ട്രോക്കുകളുടെ സ്ക്രിപ്റ്റുമായി നടക്കുന്നവർ തങ്ങളുടെ പ്രകോപനപരമായ സംഭാഷണങ്ങളിലൂടെ ബന്ധങ്ങളിൽ വിള്ളലുണ്ടാക്കുന്നവരാണ്. അതുമൂലം അവർ സൗഹൃദങ്ങളില്ലാത്തവരും സാമൂഹ്യബന്ധങ്ങളിൽ വെറുക്കപ്പെട്ടവരുമായിത്തീരാൻ ഇടയാകും. എങ്ങനെയാണ് ഭാര്യാഭർതൃബന്ധം ശിഥിലമാകുന്നതെന്നു കൂടി പറയാം.

i) അധികാരബോധം മൂലമുള്ള അഹങ്കാരം അഥവാ ഈഗോയാണ് എല്ലാ ദേഷ്യങ്ങൾക്കും കാരണം.

ii) പൊതുവേ എല്ലാവർക്കും ഭരിക്കാനാണിഷ്ടം. ഭാര്യയ്ക്ക് ഭർത്താവിന്റെ മേൽ അല്ലെങ്കിൽ ഭർത്താവിന് ഭാര്യയുടെ മേലുള്ള

അധികാരബോധമാണ് കുടുംബകലഹത്തിന്റെ ഹേതു.

iii) ഭാര്യാഭർത്താക്കന്മാർ തങ്ങളുടെ അഭിപ്രായങ്ങൾ പരസ്പരം പൂർണ്ണമായി വ്യക്തമാക്കാതെ, മറ്റേ ആൾ എന്നെ മനസ്സിലാക്കിക്കൊള്ളണമെന്ന് ഇരുകൂട്ടരും ശഠിക്കുമ്പോഴാണ് കലഹം ഉടലെടുക്കുന്നതു്.

iv) അഭിപ്രായങ്ങൾ എപ്പോഴും പൂർണ്ണവും വ്യക്തവുമായിരിക്കണം. സംസാരം അറിയാനും അറിയിക്കാനും വേണ്ടിയുള്ളതായിരിക്കണം, ഒരിക്കലും അധികാരം ഉറപ്പിക്കാൻ വേണ്ടി ആകരുത്.

v) പരസ്പരം നിഷേധിക്കുന്ന സ്വഭാവം ഉണരുമ്പോഴാണ് കുടുംബജീവിതം ശിഥിലമാകാൻ തുടങ്ങുന്നത്. അഭിപ്രായങ്ങളിൽ ഐക്യമില്ലാത്ത ജീവിതം ഇഴകൾ പിഞ്ചിയ വസ്ത്രംപോലെ ദുർബലമായിരിക്കും.

ഇഴകൾ പിഞ്ചിയ വസ്ത്രം പോലെയാണെന്നു ടീച്ചർ പറഞ്ഞപ്പോൾ എന്റെ ഒരു ചെറിയ കവിതയാണ് എനിക്കോർമ്മവരുന്നത്.

ആഹാ!സോമവല്ലി കവിത എഴുതുമോ?എങ്കിൽ കേൾക്കട്ടെ.

കവിതയുടെ പേര് **'ഊടും പാവും'**

ഊടുപാവിഴ ചേർത്തുനെയ്താൽ
ഈടുമുന്തിയ ശീലയാകും
കാന്ത,വല്ലഭരേകരാഗം
ജീവിതം ശ്രുതിഗീതമാകും
ഊടുപാവിഴ വേർപിരിഞ്ഞാൽ
മൂടുചിന്നിയ ശീലയാകും
ഏതിലും മതമേകമല്ലേൽ
ജീവിതം മൃതതാളമാകും

ഊടും പാവും അടുപ്പത്തിൽ ചേർത്തുനെയ്താൽ ബലമുള്ള തുണി ഉണ്ടാകുന്നതുപോലെ ഭാര്യാഭർത്താക്കന്മാർ എല്ലാകാര്യങ്ങളിലും ഒരേ വികാരവും അഭിപ്രായവുമായി ജീവിച്ചാൽ ആ ജീവിതം ശ്രുതിമധുരം ആകും. തുണിയുടെ ഊടും പാവും അകന്നിരുന്നാൽ ബലമില്ലാതെ അതു കീറിപ്പോകുന്നതുപോലെ ഭാര്യാഭർത്താക്കൻമാർ അഭിപ്രായങ്ങളിൽ ചേർച്ചയില്ലാതെ അകന്നിരുന്നാൽ ജീവിതത്തിന്റെ താളം മരണതുല്യമാകും എന്നിങ്ങനെ

പറയുന്ന അർത്ഥവത്തും സന്ദർഭത്തിനു യോജിച്ചതുമായ കവിത ചൊല്ലിയ സോമവല്ലിക്ക് അഭിനന്ദനങ്ങൾ.

നമുക്കിനിയും വിഷയത്തിലേക്കു വരാം കറിക്ക് എരിവു കൂടിയതിന്റെ പേരിൽ വഴക്കു കൂടിയ ഭാര്യാഭർത്താക്കൻമാരെപ്പറ്റിയല്ലേ നമ്മളിപ്പോൾ സംസാരിച്ചത്?

ഇവരുടെ മുന്നിൽ റ്റി.എ.സൈക്കൊളജിയുടെ ബാലപാഠങ്ങൾ ഞാൻ പറഞ്ഞുകൊടുത്തുവെന്നു കരുതുക. അതു കഴിഞ്ഞവർ വീട്ടിലെത്തി. ഭാര്യയുടെ കഷ്ടകാലത്തിന് പിറ്റേ ദിവസവും കറിക്ക് എരിവു കൂടുന്നു. ഭർത്താവു പഴയതുപോലെ ചൂടാവുന്നു. കാരണം ഭാര്യയോട് അങ്ങനെതന്നെ വേണം സംസാരിക്കാനെന്ന സ്ക്രിപ്റ്റ് അയാളുടെ തലയിൽ ആഴത്തിൽ പതിഞ്ഞുകിടക്കുന്നുണ്ട്. അപ്പോഴാണയാൾ എന്നിൽനിന്നും തലേദിവസം കേട്ട കാര്യങ്ങൾ ഓർക്കുന്നത്. പ്രായമായതിനുശേഷമല്ലേ അയാൾ എന്റെ ഉപദേശങ്ങൾ കേട്ടത്. അതും ഒരുവട്ടം മാത്രം. അതുകൊണ്ടുതന്നെ അതവിടെ അത്ര ആഴത്തിലല്ല സ്ക്രിപ്റ്റ് ചെയ്യപ്പെട്ടത്. എങ്കിലും അതിന്റെ നേരിയ സ്വാധീനത്തിൽ അയാൾ വിചാരിക്കും 'അയ്യോ, അവളോടങ്ങനെ പറയേണ്ടായിരുന്നു. ഭാര്യയോടു സൗമ്യമായേ സംസാരിക്കാവൂ എന്ന് ഇന്നലെ ആ ടീച്ചർ പറഞ്ഞതുമാണ്'. ഇങ്ങനെ പശ്ചാത്താപത്തിന്റെ നേരിയ ഒരു നിഴൽ ആ വിചാരത്തിൽ വീശുമ്പോൾ അയാളിലുണ്ടായിരുന്ന പഴയ സ്ക്രിപ്റ്റ് മെല്ലെ തലപൊക്കി പറയും, 'ഭാര്യയോട് അങ്ങനെതന്നെ വേണം സംസാരിക്കാൻ, എന്നാലേ അവൾ അനുസരിക്കൂ'

എന്താണതിനു കാരണം, ആർക്കു പറയാം?

'കാരണം മറ്റൊന്നുമല്ല'

കമല പറഞ്ഞു തുടങ്ങി, 'അങ്ങനെയുള്ളൊരു സ്ക്രിപ്റ്റാണ് ചെറുപ്പം മുതലേ അയാളിൽ ആഴത്തിൽ പതിഞ്ഞുകിടക്കുന്നത്.'

കമല പറഞ്ഞതു ശരിയാണ് അതിന്റെ ഫലമെന്താണെന്നു നോക്കാം.

'ഹും, ടീച്ചർ അങ്ങനെയൊക്കെ പറഞ്ഞിട്ടും ഇവൾ വീണ്ടും കറിക്കെരിവു കൂട്ടിയില്ലേ. ഇവളിതു കരുതിക്കൂട്ടിത്തന്നെ ചെയ്തതാ. അപ്പോളിവളെ വെറുതേ വിടാമോ'. എന്നായിരിക്കും പിന്നത്തെ ചിന്ത'

ഇങ്ങനെ രണ്ടു സ്ക്രിപ്റ്റുകൾ തമ്മിൽ ഏറ്റുമുട്ടുമ്പോൾ ഏതിനാണോ കൂടുതൽ ശക്തി അതു ജയിക്കും. ഇവിടെയാണ് കൗൺസലിംഗ് പോലുള്ള നിരന്തരമായ സൈക്കോളോജിക്കൽ സമീപനത്തിന്റെ പ്രസക്തി. നിരന്തരം കൗൺസലിങ്ങിലൂടെ ലഭിക്കുന്ന പോസിറ്റീവ് സ്ട്രോക്കുകളാൽ രൂപപ്പെടുന്ന സ്ക്രിപ്റ്റുകൾ, മുമ്പുണ്ടായിരുന്ന നെഗറ്റീവുകളെയെല്ലാം ന്യൂട്രലൈസ് ചെയ്യും.

സ്ക്രിപ്റ്റുകൾ മാറുമോ? മാറ്റിയെടുക്കുവാൻ കഴിയുമോ?

ഉന്നതവിദ്യാഭ്യാസമുള്ള കോളേജ് പ്രൊഫസറായ ഇദ്ദേഹം ഇങ്ങനെയാണോ ഭാര്യയോടു പെരുമാറുന്നത്, ഇത്രയും വിദ്യാഭ്യാസമുള്ള ഈ സ്ത്രീ ഇങ്ങനെയാണോ ഭർത്താവിനോട് പെരുമാറേണ്ടത് എന്നെല്ലാം സാമാന്യ ജനങ്ങളായ പലരും ചോദിച്ചേക്കാം. ഇതിനൊക്കെ ഉത്തരം ഒന്നേയുള്ളൂ. കോളേജിലും സ്കൂളിലുമൊന്നും ഇതല്ല പഠിപ്പിക്കുന്നത്. ഇതൊക്കെ വീട്ടിൽ നിന്നും പഠിക്കേണ്ട കാര്യങ്ങളാണ്. എങ്കിൽപോലും ചെറുപ്പത്തിൽ വീട്ടിൽ നിന്നും ലഭിച്ച തെറ്റായ സ്ക്രിപ്റ്റുകൾ സ്കൂളിലെ പ്രൈമറി ഘട്ടത്തിൽ തിരുത്താൻ കഴിയും. ആറു വയസുവരെയുള്ള കാലഘട്ടത്തിലാണ് സ്ക്രിപ്റ്റുകൾ ആഴത്തിൽ രൂപംകൊള്ളുന്നതെന്നു നേരത്തേ പറഞ്ഞിരുന്നല്ലോ. ഈ കാലഘട്ടം സ്കൂളിൽ ചെലവഴിക്കുന്നതിനാൽ അങ്ങനെയുള്ള സ്ക്രിപ്റ്റുകൾ തിരുത്താൻ അദ്ധ്യാപകർക്കു വേണ്ടത്ര സമയം ലഭിക്കും. അതുകൊണ്ടാണ്, കുഞ്ഞുങ്ങളുടെ മനസ്സ് വായിക്കാനും അവരുമായി ആടിപ്പാടാനും കഴിയുന്ന സൗമ്യരും യോഗ്യരുമായ അധ്യാപകർ താഴ്ന്ന ക്ലാസുകളിൽ പഠിപ്പിക്കണമെന്നു പറയുന്നത്.

ദേഷ്യപ്പെടുമ്പോഴാണ് പലർക്കും സുഖവും സന്തോഷവും കിട്ടുന്നത് . എന്നാൽ ഇങ്ങനെ ദേഷ്യപ്പെടുന്നത് തെറ്റാണെന്ന് ഈ കൂട്ടർക്ക് പലപ്പോഴും തോന്നുമെങ്കിലും സമയമാകുമ്പോൾ അതെല്ലാം മറന്നു പോകും. അതാണ് സ്ക്രിപ്റ്റിന്റെ സ്വാധീനം. ഉടുമ്പ് പിടിച്ചതുപോലെയെന്നു പറഞ്ഞു കേട്ടിട്ടില്ലേ, അതുപോലെയാണത്, പെട്ടെന്നൊന്നും ഒഴിഞ്ഞു പോകില്ല. പക്ഷേ, നിരന്തരമായ തെറാപ്പിയിലൂടെ അതിനെ മാറ്റിയെടുക്കാം.

മറ്റുചിലരുണ്ട് പ്രതികരണ ശേഷി ഇല്ലാത്തവർ. അവർ ശാന്ത

രായിരിക്കും, എത്ര വഴക്കു കേട്ടാലും തല്ലു കിട്ടിയാലും മറുത്തു പറയുകയോ തിരിച്ചു തല്ലാൻ പോവുകയോ ചെയ്യാത്തവർ. അതും സ്ക്രിപ്റ്റാണ്. ചില ഭാര്യമാരുണ്ട് ഭർത്താവ് എത്ര വഴക്ക് പറഞ്ഞാലും എത്ര തല്ലിയാലും തിരിച്ചൊന്നും പറയാതെ എല്ലാം സഹിച്ച് ജീവിക്കുന്നവർ.

എന്തുചെയ്താലും പറഞ്ഞാലും അതിലെല്ലാം കുറ്റം കണ്ടെത്തി ശാസനയും അടിയും കിട്ടുക, എതിർത്തുനിന്ന് പ്രതികരിച്ചാലോ മറുത്തൊരക്ഷരം പറഞ്ഞാലോ 'കൊച്ചുവായിൽ വലിയ വർത്തമാനം വേണ്ടാ' എന്ന ശാസനയോടുകൂടി നാലടി കൂടുതൽ കിട്ടുക, ങാഹാ നീ എന്നെ ചോദ്യം ചെയ്യാറായോ എന്നു ചോദിക്കുന്ന മുതിർന്നവരിൽനിന്നും ശിക്ഷ കിട്ടുക തുടങ്ങിയ അനുഭവങ്ങളിലൂടെ കുട്ടിക്കാലം കടന്നുവന്നവരായിരിക്കും ഈ പറഞ്ഞ പ്രതികരിക്കാത്തവർ. ഇങ്ങനെയുള്ള ബാല്യകാലാനുഭവങ്ങൾ കൊണ്ടെത്തിക്കുന്നത്, ആരോടും എതിർപ്പു പറയാൻ പാടില്ലെന്നും എല്ലാം സഹിച്ചെങ്കിലേ ജീവിക്കാൻ കഴിയുകയുള്ളൂ എന്നുമുള്ളൊരു മാനസികാവസ്ഥയിലേക്കായിരിക്കും. I am not ok എന്ന അവസ്ഥയാണിത്.

ഈ സ്ക്രിപ്റ്റും അപകടകരമാണ്. ചോദ്യം ചെയ്യാനുള്ള കർമ്മശേഷി ഇവിടെ ഇല്ലാതാവുകയാണ് . വീട്ടിൽ വഴക്കുണ്ടാക്കുന്നവർ അത് ഭാര്യയായാലും ഭർത്താവായാലും പലപ്പോഴും അവർക്ക് വീട്ടിലൊരു സ്വഭാവവും നാട്ടിൽ വേറൊരു സ്വഭാവവുമായിരിക്കും. പൊതുസേവനത്തിലൂടെ നാട്ടുകാരുടെ മുന്നിൽ നല്ലപിള്ള, എന്നാൽ വീട്ടുകാരുടെ മുന്നിൽ വെളിച്ചപ്പാടു തുള്ളൽ. വീട്ടുകാർക്കൊരു സമാധാനവും കൊടുക്കില്ല. വീടു നന്നാക്കാതെ നാടു നന്നാക്കിയിട്ടെന്തു കാര്യം. നേരേ മറിച്ചുള്ളവരുമുണ്ട്. നാട്ടുകാരുടെ മുന്നിൽ വീരശൂരപരാക്രമിയെങ്കിൽ വീട്ടിലെത്തിയാൽ ഭാര്യയുടേയും മക്കളുടെയും മുന്നിൽ ശാന്തം പാവം. ഇതെല്ലാം അവനവന്റെ സ്ക്രിപ്റ്റിന്റെ പ്രത്യേകതകളാണ്.

ജീവിതം ഒരു നാടകമാണെന്നു പറയുന്നത് ശരിയാണ്. കാരണം, കുഞ്ഞുങ്ങൾ ആറു വയസ്സുവരെ കാര്യങ്ങൾ കണ്ടും കേട്ടും മനസ്സിലാക്കുന്നു. അത് നാടക പരിശീലനകാലമാണ്. അതിനു ശേഷം പരിശീലിച്ചത് ജീവിതനാടകത്തിൽ ആടിത്തിമിർക്കുന്നു. ഈ കളികളെ നിയന്ത്രിക്കുന്നത് ആറു വയസ്സിനുള്ളിൽ ആർജിച്ച സ്ക്രിപ്റ്റുകളാണ്. മുതിർന്നവർ അച്ഛനമ്മമാരും അദ്ധ്യാപകരും ആയമാരു

മായതിനാൽ അവരുടെയെല്ലാം വ്യക്തിത്വം അഥവാ സ്വഭാവമഹിമ കുഞ്ഞുങ്ങളുടെ ഭാവിയെ സംബന്ധിച്ചടുത്തോളം ഏറെ പ്രധാന പ്പെട്ടതാണ്. അദ്ധ്യാപകർ വിചാരിച്ചാൽ ഈ പ്രായത്തിലുള്ള കുട്ടി കളുടെ സ്ക്രിപ്റ്റുകൾ മാറ്റിയെടുക്കാൻ കഴിയും. അതിനു വേണ്ടത് നിരന്തരം പോസിറ്റീവ് സ്ട്രോക്കു കൊടുക്കലാണ്. എന്നു പറ ഞ്ഞാൽ സ്നേഹിച്ചു സ്നേഹിച്ചു മാറ്റിയെടുക്കൽ, അതൊരു വ്രത മായി കൈകാര്യം ചെയ്യണം.

വെറുപ്പിനെ വെറുപ്പു കൊണ്ടു തോൽപ്പിക്കാൻ കഴിയില്ല. അക്രമത്തെ അക്രമം കൊണ്ടോ കൊലയെ കൊലകൊണ്ടോ തോൽപ്പിക്കാൻ കഴിയില്ല. വിവിധ മത,രാഷ്ട്രീയകക്ഷികൾ തമ്മി ലുള്ള ആക്രമണ, പ്രത്യാക്രമണങ്ങളിൽ നാളിതുവരെ നമ്മൾ കണ്ടതും അതുതന്നെയാണ്. യുദ്ധത്തിൽ ആർക്കും അവസാന ജയം കാണാൻ കഴിയാത്തതിന്റെ പ്രത്യക്ഷ ഉദാഹരണമല്ലേ വിയറ്റ് നാമിലും അഫ്ഗാനിസ്ഥാനിലും വർഷങ്ങളായി അമേരിക്ക നട ത്തിവന്ന സൈനികാധിനിവേശത്തിൽ നിന്നും ഒരു ജയവും നേടാ നാകാതെയുള്ള അവരുടെ നിരുപാധിക പിൻമാറ്റം.

ചെറുപ്രായത്തിൽ കുട്ടികളുടെ സ്ക്രിപ്റ്റുകൾ മാറ്റിയെടു ക്കാൻ കഴിഞ്ഞില്ലെങ്കിൽ മുതിർന്നു കഴിഞ്ഞാൽ അതു പ്രയാസ മായിത്തീരും. എങ്കിലും ആവർത്തിച്ചുള്ള ചില പ്രത്യേക തെറാപ്പി യിലൂടെ സ്ക്രിപ്റ്റുകൾ മാറ്റാവുന്നതാണ്. എന്നാൽ മനസ്സിനെ പിടിച്ചുലയ്ക്കുന്ന ചില അത്യാഹിതങ്ങൾക്കു ശേഷം പെട്ടെന്ന് സ്ക്രിപ്റ്റ് മാറുന്ന അവസ്ഥയുമുണ്ട്. യുദ്ധത്തിന്റെ ഭീകരതയും തന്റെ ധീരയോദ്ധാക്കളുടെ ശവശരീരങ്ങളും കണ്ടു മാനസാന്തരം വന്ന അശോക ചക്രവർത്തിയുടെ കഥ നമുക്കറിയാം. അടിപിടിയും അക്രമവുമായി നടന്നു വമ്പാദിച്ചുകൂട്ടിയ ഒരുവന് ജീവിതത്തിന്റെ നശ്വരതയെപ്പറ്റിയും ജീവന്റെ നിസ്സാരതയെപ്പറ്റിയും ബോദ്ധ്യപ്പെ ടാൻ കാരണമായത്, തന്റെ ഏക സന്താനത്തിന്റെ ഓർക്കാപ്പുറ ത്തുള്ള മരണമായിരുന്നു. മനസ്സു മാറിയ അയാളെ പിന്നീടു കാണു ന്നത് അഗതികൾക്ക് ആശ്രയസ്ഥാപനം നടത്തുന്നവനായി ട്ടാണ്. മാനസികമായി ഏൽക്കുന്ന ആഘാതങ്ങൾ സ്ക്രിപ്റ്റിനെ മാറ്റി മറിക്കുന്നതിന്റെ ഉദാഹരണമാണിവയെല്ലാം.

ടാർഗ്റ്റ് സ്ട്രോക്കുപോലുള്ള ഒറ്റച്ചോദ്യം മതി ജീവിതം മാറിമറി യാനെന്നു തെളിയിച്ച ഒരു സംഭവ കഥകൂടി പറയാം. രണ്ടായിരത്തി പതിനാല് ജൂലൈ മാസത്തിൽ കൈരളി ടി.വി.യുടെ ജെ.ബി.

ജംഗ്ഷനിൽ ഞാനൊരു പരിപാടി കണ്ടു. മഹാനായൊരു ഗസൽ ഗായകനുമായുള്ള അഭിമുഖമായൊരുന്നു അതു്. ആ ഗായകൻ പലതും പറയുന്നതിനിടയിൽ തന്റെ മദ്യപാനം നിറുത്താനുണ്ടായ കാരണവും പറയുന്നുണ്ട്. അദ്ദേഹത്തിന്റെ വാക്കുകളിലൂടെ ഞാനതിവിടെ വെളിപ്പെടുത്താം.

എന്റെ മൂത്ത മകൾ, അവൾ ആറിലോ ഏഴിലോ പഠിക്കുമ്പോൾ ഒരു ചോദ്യം എന്നോടു ചോദിച്ചു.

'ബാപ്പ എന്റെ സ്ക്കൂളിന്റെ മുന്നിൽകൂടെ പോയിരുന്നോ?'

ഞാൻ പറഞ്ഞു 'ഏയ്'

'ബാപ്പ സ്കൂളിന്റെ മുമ്പിലൂടെ ആടിയാടി പോയെന്നെന്റെ കൂട്ടുകാരികൾ പറഞ്ഞു'.

ഞാൻ തർക്കിച്ചു, 'ആരു പറഞ്ഞു?'

'എന്റെ കൂടെ പഠിക്കുന്ന കുട്ട്യോള്, എന്തിനാണു ബാപ്പാ?'

എന്റെ മകൾക്ക് അവിടെ ഇതൊരു മാനസ്സിക പ്രയാസമായല്ലോ. അവിടെയാണ് മദ്യം ഉപേക്ഷിക്കണമെന്ന് ആദ്യം തോന്നിച്ചത്'

ഇത്രയുമാണ് മദ്യപാനം നിറുത്തിയതിനെ പറ്റി ഗസൽഗായകനായ ഉമ്പായി സാബ് അന്ന് അഭിമുഖത്തിൽ പറഞ്ഞത്.

മകളുടെ 'എന്തിനാണു ബാപ്പാ'എന്ന പാതിയിൽ മുറിഞ്ഞ ദയനീയമായ ആ ചോദ്യം തീർച്ചയായും പിതാവിന്റെ മനസ്സിനെ മുറിവേൽപ്പിച്ചു കാണും. അതുകൊണ്ടാണല്ലോ,എന്റെ മകൾക്ക് അവിടെ ഇതൊരു മാനസിക പ്രയാസമായല്ലോ എന്നയാൾ പറയാൻ കാരണം. അവിടെയെന്ന് അദ്ദേഹം ഉദ്ദേശിച്ചത് മകളുടെ സ്കൂളിനെപ്പറ്റിയാണ്. ബാപ്പ മദ്യപാനിയാണെന്ന് മകളുടെ കൂട്ടുകാരറിഞ്ഞതു് അവൾക്ക് അഭിമാനക്ഷതമുണ്ടാക്കിയല്ലോ എന്നോർത്തപ്പോൾ ഉണ്ടായ ചിന്ത, മകളെ അതിരറ്റു സ്നേഹിച്ചിരുന്ന ബാപ്പക്ക് സഹിക്കാവുന്നതായിരുന്നില്ല. ഒട്ടും പ്രതീക്ഷിക്കാത്ത സമയത്ത് അയാളുടെ മനസ്സിനേറ്റ ആഘാതമായിരുന്നു അത്. അതുമൂലമായിരിക്കുമല്ലോ എപ്പോഴും മദ്യപിക്കണമെന്നുള്ള ചിന്തയുടെ സ്ക്രിപ്റ്റ് മാറാനും മദ്യപാനം നിറുത്താനും ഇടയായത്.

ഉത്തരവാദിത്വബോധമുള്ള അച്ഛനമ്മമാരുടെ പിറവി

തങ്ങളേക്കാൾ ഏറെ പ്രായം കുറഞ്ഞ കുഞ്ഞുങ്ങളെ അച്ഛനമ്മമാർ അവരുടെ പഴയ മനസ്സുകൊണ്ട് അളക്കുമ്പോഴാണ് കുഞ്ഞുങ്ങളെ കുറവുള്ളവരായി കാണുന്നത്. ബോധത്തിന്റെ കാര്യത്തിൽ തങ്ങളേപ്പോലെയോ ഒരുപക്ഷേ അതിനും മേലേയോ ഉള്ള വ്യക്തികളാണ് തങ്ങളുടെ കുഞ്ഞുമക്കൾ എന്ന് ചിന്തിച്ചു തുടങ്ങുന്നിടത്താണ് യഥാർത്ഥ അച്ഛനമ്മമാരുടെ ജനനം.

കുഞ്ഞുങ്ങളും വ്യക്തിത്വം ഉള്ളവരാണെന്നൊരു ബോധം ഉണ്ടായെങ്കിൽ മാത്രമേ അവരുമായി ഏറെ സൗഹൃദത്തോടെ പെരുമാറാനും അവർ പറയുന്നതെന്തും ഉൾക്കൊള്ളാനും അച്ഛനമ്മമാർക്കു കഴിയൂ. അച്ഛനമ്മമാരും കുട്ടികളും തമ്മിലുള്ള സൗഹൃദങ്ങൾക്കിടയിൽ ഭരിക്കുന്നവരും ഭരിക്കപ്പെടുന്നവരും എന്ന ഒരു രീതി ഉണ്ടാവാൻ പാടില്ല. അങ്ങനെയൊരു വേർതിരിവില്ലാത്ത സൗഹൃദ സാഹചര്യങ്ങളിൽ മാത്രമേ മാതാപിതാക്കളുടെ മുന്നിൽ എന്തും തുറന്നു പറയാനുള്ള ധൈര്യം കുഞ്ഞുങ്ങൾക്കുണ്ടാകൂ.

അനുസരണ ഇല്ലായ്മ പുതിയ തലമുറയുടെ മുഖമുദ്രയാണെന്നാണ് എപ്പോഴും പഴയ തലമുറയുടെ പരാതി. ഈ പരാതിക്കാരോടു ചോദിക്കാനുള്ളത് ഉടമയും അടിമയും ഉണ്ടെങ്കിലല്ലേ അനുസരണക്കേടെന്ന പ്രശ്നം ഉദിക്കുന്നുള്ളൂ എന്നാണ്. മുതിർന്നവരുടെ ഇഷ്ടത്തിനൊത്ത് പോകാത്ത കുഞ്ഞുങ്ങളെ ശിക്ഷിച്ചുകൊണ്ട് അവരുടെമേൽ അധീശാധികാരം സ്ഥാപിച്ചിരുന്ന അച്ഛനമ്മമാരുടെ കാലം എന്നേകഴിഞ്ഞു. ഏതൊരു കാര്യവും എന്തുകൊണ്ടെന്നു കാരണം ചോദിക്കുന്ന കുഞ്ഞുങ്ങളുടെ കാലമാണിന്ന്. മുതിർന്നവർ കുട്ടികളോട് തുറന്നു സംസാരിക്കാത്തതുകൊ

ണ്ടാണ് അപഥസഞ്ചാരങ്ങളിലൂടെ അവരിൽ പലരും വികലമായ അറിവു കൾ നേടുന്നതും അതുവഴി അക്രമാസക്തരായിത്തീർന്ന് വഴി തെറ്റുന്നതും. ഓരോന്നും അറിയാനുള്ള ജിജ്ഞാസ അവരിൽ വളർത്തുന്നതിനോടൊപ്പം എന്തുകൊണ്ടെന്നു ചോദിക്കാനുള്ള ആർജ്ജവംകൂടി കുട്ടികൾക്ക് ഉണ്ടാക്കിക്കൊടുക്കുമ്പോഴാണ് ഉത്തരവാദിത്വമുള്ള പക്വമതികളായ മാതാപിതാക്കൾ ജനിക്കുന്നത്.

ദിനംതോറുമുള്ള നെടുങ്കൻ ഉപദേശങ്ങൾ ഒരുകുട്ടിയും ക്ഷമയോടെ കേട്ടിരിക്കുമെന്ന് കരുതരുത്. പണ്ടത്തെ കഷ്ടപ്പാടുകളേപ്പറ്റി ഓർമ്മപ്പെടുത്തുന്ന പ്രസംഗമൊന്നും കേട്ടിരിക്കാൻ ഇന്നത്തെ കുട്ടികൾക്കു താൽപ്പര്യവുമില്ല. കാരണം, ഇക്കാലത്തെ കുട്ടികൾ ജനിച്ചു വീഴുന്നതുതന്നെ വേഗതയുടേയും സുഭിക്ഷതയുടേയും നടുവിലേക്കാണ്. ഒരുപക്ഷേ, അങ്ങനെയല്ലെങ്കിൽപോലും ഇല്ലായ്മകൾ യാതൊന്നും അവരെ അറിയിക്കാതിരിക്കാനാണ് ഇന്നു പല രക്ഷിതാക്കളും തുനിയുന്നത്.

തങ്ങളുടെ ഇല്ലായ്മകൾ കുഞ്ഞുങ്ങളേയും കൂടി ബോദ്ധ്യപ്പെടുത്തിയിട്ട് ,ആ ഇല്ലായ്മകൾ അവർക്കു കൂടി അനുഭവിക്കാനുള്ള അവസരം ഉണ്ടാക്കിക്കൊടുത്താൽ,അവർ യാഥാർത്ഥ്യബോധം ഉള്ളവരായി വളരും. അതിനുപകരം ഇല്ലായ്മകൾ മക്കൾക്ക് അനുഭവപ്പെടാതിരിക്കാൻവേണ്ടി പല രക്ഷിതാക്കളും മുണ്ടു മുറുക്കിയുടുത്ത് കയ്പ്പുനീർ കുടിച്ചുകൊണ്ട് ജീവിക്കുന്ന കാഴ്ചയാണു ഇന്നു കണ്ടുവരുന്നത്. അങ്ങനെയുള്ളവർ കുട്ടികൾക്ക് അമിത പ്രാധാന്യമാണ് നൽകിവരുന്നത്. ഏറെ ദോഷകരമായ ഈ പ്രവണത കുട്ടികളെ കൊണ്ടെത്തിക്കുന്നത്, അച്ചടക്കമില്ലാത്ത, യാഥാർത്ഥ്യബോധം ഒട്ടുമില്ലാത്ത ഒരവസ്ഥയിലേക്കായിരിക്കും.

മാതാപിതാക്കൾ തങ്ങളുടെ അഭിലാഷാധിക്യങ്ങൾ മക്കളിലൂടെ സാക്ഷാത്കരിക്കാൻവേണ്ടി അവരെ വഴിതിരിച്ചു വിടുമ്പോൾ അവരുടെ അഭിരുചിയും ഭാവനാശേഷിയുമാണ് മുരടിച്ചു പോകുന്നത്. കുട്ടികൾക്ക് അഭിരുചിയുണ്ട്, ഭാവനയുണ്ട് പക്ഷേ, അതു പ്രകടിപ്പിക്കാനുള്ള ഇടമില്ലെങ്കിൽ, ചിറകുണ്ടായിട്ടും പറക്കാനാകാശമില്ലാത്ത പറവകളേപ്പോലെ ആയിരിക്കുമവർ. അവരിലെ അഭിരുചിയും താൽപര്യങ്ങളും മനസ്സിലാക്കാൻ ശ്രമിച്ചിട്ട് അതനുസരിച്ച് വേണ്ടത്രമാത്രം പരിചരണം കൊടുത്താൽ മതി,

കുഞ്ഞുങ്ങൾ അവരുടെ ജീവിതം സന്തോഷകരമാക്കിക്കൊള്ളും. വേണ്ടത്രമാത്രം പരിചരണം എന്നത് ഊന്നിപ്പറയേണ്ടൊരു കാര്യമാണ്. കുട്ടികളുടെ എല്ലാ ആഗ്രഹങ്ങൾക്കും ഒപ്പം നിൽക്കണമെന്നില്ല.

ഇന്ന് ചില വീടുകളിൽ കുട്ടികളെ കേന്ദ്രീകരിച്ച് അവരുടെ അഭിപ്രായംമാത്രം പരിഗണിച്ചാണ് ആഹാരവിഭവങ്ങൾ ഉൾപ്പടെയുള്ള പലതും വാങ്ങുന്നത്. വീട്ടുസാധനങ്ങൾ വസ്ത്രങ്ങൾ തുടങ്ങിയവ വാങ്ങുന്നതിലും അവയുടെ ബ്രാൻഡുകൾ നിശ്ചയിക്കുന്നതിൽപോലും കുട്ടികൾ സ്വാധീനം ചെലുത്തുമ്പോൾ മാതാപിതാക്കൾ സമ്മർദ്ദത്തിലാഴുന്നു. അതിന്റെ പേരിൽ കുഞ്ഞുങ്ങളെ കൂടുതലായി കുറ്റപ്പെടുത്താനും കഴിയില്ല. കാരണം ഇന്നു ദൃശ്യമാധ്യമങ്ങളിൽ കണ്ടുവരുന്ന പല പരസ്യങ്ങളും നിർമ്മിച്ചിരിക്കുന്നത് കുട്ടികളെ ഉദ്ദേശിച്ചും ഉപയോഗിച്ചും അവരെ കേന്ദ്രീകരിച്ചുമാണ്. പരസ്യങ്ങളെ പൂർണ്ണമായി വിശ്വസിക്കുന്ന കുഞ്ഞുമനസ്സുകൾ അതിന്റെ അടിമകളായിപ്പോകുന്നു എന്നതാണ് യാഥാർത്ഥ്യം.

അച്ഛനമ്മമാർക്ക് ഇഷ്ടപ്പെടുന്ന സാധനങ്ങൾ മാത്രം കുഞ്ഞുങ്ങൾക്കായി വാങ്ങിക്കൊടുക്കുക, അല്ലെങ്കിൽ കുഞ്ഞുങ്ങൾക്ക് ഇഷ്ടപ്പെട്ട സാധനങ്ങൾ മാത്രം അവർക്കു വാങ്ങിക്കൊടുക്കുക. ഈ രണ്ടു നയങ്ങളും കുഞ്ഞുങ്ങൾക്ക് ദോഷം ചെയ്യുന്നവയാണ്. ആഡംബര വസ്തുക്കൾ വിശിഷ്ട ഭോജ്യങ്ങൾ തുടങ്ങിയവ കുഞ്ഞുങ്ങൾ ആഗ്രഹിക്കുമ്പോഴും അതിനൊക്കെ അപ്പുറം അവർ മാതാപിതാക്കളുടെ സമയവും സാമീപ്യവുംകൂടി ആഗ്രഹിക്കുന്നുണ്ടെന്ന കാര്യം അച്ഛനമ്മമാർ ഓർക്കണം.

മറ്റുള്ളവരുടെ കാര്യമായ ശ്രദ്ധയൊന്നുമില്ലാതെ അധികസമയവും വീട്ടിനുള്ളിൽ കഴിച്ചുകൂട്ടേണ്ടിവരുന്ന കൊച്ചുകുഞ്ഞുങ്ങളെ ഒരു ദിവസം വെളിയിലെ കാഴ്ചകൾ കാട്ടിക്കൊടുക്കുകയാണെങ്കിൽ അവർ കൂടുതൽ സന്തോഷവും പ്രസരിപ്പും പ്രകടിപ്പിക്കുന്നതു കാണാം. അടുത്ത ദിവസം അതേ സമയമാകു മ്പോൾ പുറത്തു കൊണ്ടുപോകാനായി കുഞ്ഞുങ്ങൾ കരഞ്ഞുകാണിച്ചാൽ അതിൽ അത്ഭുതപ്പെടാനില്ല. അവർ രക്ഷാകർത്താക്കളുടെ സാമീപ്യവും പരിചരണവും ആഗ്രഹിക്കുന്നു എന്നുതന്നെയാണ് അതിനർത്ഥം.

കരഞ്ഞുകൊണ്ടിരുന്ന എന്റെ കുഞ്ഞുമകളെ ട്രോളിയിലിരു

ത്തി വെളിയിലെ കാഴ്ചകൾ കാട്ടിയപ്പോൾ കരച്ചിൽ നിറുത്തിയതും അടുത്ത ദിവസം അതേസമയമായപ്പോൾ പുറത്തു കൊണ്ടുപോകാനായി കുഞ്ഞ് കരഞ്ഞുകാണിച്ചതിനെപ്പറ്റിയും മുമ്പൊരു ക്ലാസ്സിൽ ഞാൻ പറഞ്ഞത് എല്ലാവരും ഓർക്കുന്നുണ്ടാകുമല്ലോ? അതി നാൽ, കുഞ്ഞുങ്ങൾക്ക് ആവശ്യമുള്ളത്രയും സമയം മാതാപിതാക്കൾ അവരോടൊപ്പം ചെലവഴിക്കുക എന്നുള്ളതിനാണ് പ്രാമുഖ്യം കൊടുക്കേണ്ടത്.

അപ്പോൾ മാത്രമാണ് യഥാർത്ഥ അച്ഛനമ്മമാർ പിറവികൊള്ളുന്നത്.

അച്ഛനമ്മമാർ കുഞ്ഞുങ്ങളോട് മത്സരിച്ച് അവരെ തോൽപ്പിക്കാൻ ശ്രമിച്ചാൽ ക്രമേണ തോൽപ്പിക്കപ്പെടുന്നത് അച്ഛനമ്മമാർ തന്നെയായിരിക്കും. കുട്ടികളുടെമേൽ പ്രയോഗിച്ചു വരുന്ന ഉടമാസമ്പ്രദായചട്ടങ്ങൾ ഇനിയും മാറ്റിയില്ലെങ്കിൽ മഹാകവി കുമാരനാശാൻ ദുരവസ്ഥയിൽ പറഞ്ഞതുപോലെ,

'മാറ്റുവിൻ ചട്ടങ്ങളെ സ്വയമല്ലെങ്കിൽ
മാറ്റുമതുകളീ നിങ്ങളെത്താൻ'

എന്ന അവസ്ഥയിൽ അച്ഛനമ്മമാരെത്തും

ചില കുട്ടികൾ എപ്പോഴും എന്തെങ്കിലും ചെയ്തു ബഹളം വച്ചുകൊണ്ടിരിക്കും. എന്നാൽ അവർക്ക് ഒരു കാര്യത്തിലും ശ്രദ്ധ കാണുകയുമില്ല. അവർ ക്ലാസ്സിലെപ്പോഴും മറ്റുള്ളവരെ ശല്യപ്പെടുത്തുന്നവരാകാം വേഗമെഴുതാൻ കഴിവില്ലാത്തവരോ പറഞ്ഞുകേട്ടത് അതുപോലെ പറയാൻ ബുദ്ധിമുട്ടനുഭവിക്കുന്നവരോ ഒക്കെയാകാം. പഠിപ്പിക്കുമ്പോൾ ഇവരോടു് നേരേനോക്കി ഇരിക്കാൻ പറഞ്ഞാൽ അതു ശ്രദ്ധിക്കാതെ മറ്റെവിടെയെങ്കിലും നോക്കിക്കൊണ്ടിരിക്കും. എന്തെങ്കിലും പറഞ്ഞു കൊടുക്കാൻ ശ്രമിച്ചാൽ അവർ ഇങ്ങോട്ടു വേറൊരു കഥ പറയും.

ചിലപ്പോഴത് ഉടനേ ഉണ്ടാക്കിയ ഒരു കഥയായിരിക്കും. ലോകത്താകമാനം നോക്കിയാൽ ഏതാണ്ട് മൂന്നു നാല് ശതമാനം കുട്ടികൾ ഇത്തരക്കാരായിരിക്കുമെന്നാണ് പഠനങ്ങൾ പറയുന്നത്. എന്നാൽ ഇവർക്ക് ബുദ്ധിയിൽ കുറവുണ്ടാകണമെന്നില്ല, അതിൽ പലർക്കും ബുദ്ധി കൂടുതലായിരിക്കുമെന്നു മാത്രമല്ല ഭാവിയിൽ ഇവർ ഏതെങ്കിലും പ്രവൃത്തിയിൽ അസാമാന്യ കഴിവുള്ളവരായി

ത്തീരുകയും ചെയ്യും. ഇതിനെ അസുഖമെന്ന് പറയാനും കഴിയില്ല. മനസ്സിന്റെ ഒരു വിഭ്രാന്തി എന്നു വേണമെങ്കിൽ പറയാം. ഒരു പിരി ഇളകിക്കിടക്കുകയാണെന്നു പറയാറില്ലേ. ഏതാണ്ട് അതേപോലെ ഒരവസ്ഥ. അതായത് ഒരു മെന്റൽ ഡിസോഡർ. എന്നാൽ ഇതൊന്നു മറിയാതെ കുഞ്ഞിനെ കുസൃതികളുടേയും ശ്രദ്ധയില്ലായ്മയുടേയും പേരിൽ വഴക്കു പറഞ്ഞിട്ടോ, അടി കൊടുത്തിട്ടോ ആഹാരം കൊടുക്കാതെ ശിക്ഷിച്ചിട്ടോ യാതൊരു ഫലവുമില്ല. എന്നു മാത്ര മല്ല ഈ വിധമുള്ള ശിക്ഷകൾ ഭാവിയിൽ കുഞ്ഞിന് ഏറെ ദോഷ മായി ഭവിക്കുകയും ചെയ്യും. കുസൃതിയുടേയും ശ്രദ്ധക്കുറവി ന്റെയും പേരിൽ കുട്ടി ഏറ്റുവാങ്ങുന്ന ശിക്ഷകൾ തലയിൽ നെഗ റ്റീവ് സ്ട്രോക്കുകളായി രേഖപ്പെടുത്തിയിരിക്കും. അതിന്റെ ഫലമാ യുണ്ടാകുന്ന പ്രതികരണമായിരിക്കും ഭാവിയിൽ കുട്ടിയുടെ പ്രവൃത്തിയിൽ നിഴലിക്കുക. ഈ മെന്റൽ ഡിസോഡർ അഥവാ വിഭ്രാന്തിയുടെ പേരാണ് 'അറ്റൻഷൻ ഡെഫിസിറ്റ് ഹൈപ്പർ ആക്ടിവിറ്റി ഡിസോർഡർ' (Attention Deficit Hyper activity Disorder) അഥവാ എ.ഡി.എച്ച്.ഡി.(ADHD) ഇത് പരിശോധിച്ച് അറിയാ നുള്ള മാർഗങ്ങൾ ഇന്ന് ഏറെയുണ്ട്, അതിന് മരുന്നും ലഭ്യമാണ്. പക്ഷേ അങ്ങനെ പരിശോധിക്കണമെങ്കിൽ ഏഴുവയസ്സെങ്കിലും കഴിയണമെന്നാണ് ഈ മേഖലയിലെ പ്രഗത്ഭമതികളുടെ അഭി പ്രായം. ഇങ്ങനെയുള്ള വിഭ്രാന്തിമൂലം പഠിത്തം പൂർത്തിയാ ക്കാത്ത പലരും പിന്നീട് കഴിവുകളുടെയും കണ്ടുപിടുത്തങ്ങ ളുടേയും പേരിൽ ലോകപ്രസിദ്ധരായിട്ടുണ്ട്. അവരിൽ പ്രധാനപ്പെ ട്ടവരാണ് ബിൽഗേറ്റ്സ്, ആൽബ്രട്ട് ഐൻസ്റ്റിൻ, എഡിസൻ, ലിയനാഡോ ഡാവിഞ്ചി തുടങ്ങിയവർ. ഇവർ ഓരോരുത്തരും തങ്ങളുടെ മേഖലകളിൽ അഗ്രഗണ്യരായി ലോകമൊട്ടാകെ അറിയപ്പെട്ടവരായിത്തീർന്നു. കാരണം മറ്റൊന്നുമല്ല, അവരെ ശ്രദ്ധയില്ലാത്തതിന്റെ പേരിലോ മാർക്കു കുറഞ്ഞതിന്റെ പേരിലോ ആരും ശിക്ഷിച്ചില്ല. എന്നുമാത്രമല്ല, അവർക്ക് തങ്ങളുടെ ഇഷ്ടമേഖ ലകളിൽ വ്യാപരിക്കാനുള്ള അവസരം അവരുടെ മാതാപിതാക്കൾ ലഭ്യമാക്കുകയും ചെയ്തു.

എല്ലാവരും എല്ലാ മേഖലകളിലും അല്ലെങ്കിൽ എല്ലാ വിഷയ ങ്ങളിലും ഒന്നുപോലെ കഴിവുള്ളവരാകണമെന്നില്ല. കണ്ണിനു കാഴ്ചയില്ലാത്തവന് അസാമാന്യമായ ശ്രവണശക്തിയും ഘ്രാണ

ശക്തിയും ഉള്ളതുപോലെ, കൈയ്യില്ലാത്തവന്റെ കാലുകൾക്ക് സവിശേഷമായ കഴിവുകളുള്ളതുപോലെ,ചില മേഖലകളിൽ, പ്രത്യേകിച്ച് പഠനത്തിൽ, അഭിരുചിയില്ലാത്തവർ പലപ്പോഴും മറ്റേതെങ്കിലും മേഖലയിലോ മേഖലകളിലോ ഏറെ അഭിരുചിയുള്ളവരായിരിക്കും. ആ മേഖല ഏതാണെന്നു അച്ഛനമ്മമാർ കണ്ടെത്തണം. അതിനുവേണ്ടത് നിരന്തരമായ നിരീക്ഷണമാണ്. ഇവിടെ നമ്മുടെയിടയിൽ നിരീക്ഷണമെല്ലാം ഒറ്റ മേഖലയിൽ മാത്രം, അതു പഠിത്തമാണ്. പഠിക്കുക മാർക്കുവാങ്ങിക്കുക, മാർക്കു കുറഞ്ഞാൽ തല്ലിപ്പഠിപ്പിക്കുക.

കുഞ്ഞിന്റെ യഥാർത്ഥ അഭിരുചി ഏതു മേഖലയിലാണെന്നു കണ്ടെത്തി അതിനെ പ്രോത്സാഹിപ്പിക്കാൻ ഏറെ ക്ഷമയും സഹനവും നിരീക്ഷണവും ആവശ്യമാണ്. അതൊരു വ്രതമായി ഏറ്റെടുക്കുന്നിടത്താണ് ഉത്തരവാദിത്വബോധമുള്ള മാതാപിതാ ക്കളുടെ പിറവി.

കുട്ടികൾ നിരീക്ഷകരാണ്

ഈ അടുത്ത നാളുകളിൽ, ബസ്സ് യാത്രക്കിടയിൽ ഞാൻ രണ്ടു ചെറുപ്പക്കാരെ കണ്ടു. അവർ ധരിച്ചിരുന്ന ബനിയനിൽ ഇങ്ങനെ പ്രിന്റു ചെയ്തിരുന്നു.

Shall I Advise you what I can't?

പ്രസംഗം വേറെ, പ്രവൃത്തി വേറെ എന്നതാണിന്നു പലരുടേയും രീതി. ഒരുപക്ഷേ, ഈ രീതിയെ കളിയാക്കാനായിരിക്കാം. എനിക്കു കഴിയാത്ത കാര്യത്തിനെക്കുറിച്ച് ഞാൻ നിങ്ങളെ ഉപദേശിക്കട്ടേ" എന്നൊരു ബനിയൻപ്രദർശനം അവർ നടത്തിയത്. ഏതുകാര്യത്തിലായാലും സൗജന്യോപദേശം ആർക്കും പത്ഥ്യമല്ല, പ്രത്യേകിച്ചും കൗമാരക്കാർക്ക്. അവരെ കുറ്റം പറയുന്നില്ല. കാരണം ഈ ഉപദേശകരെ കുട്ടികൾ നിരീക്ഷിക്കുന്നുണ്ട്. അവരുടെ പ്രവൃത്തിയും പ്രസംഗവും തമ്മിലുള്ള വൈരുദ്ധ്യം കുഞ്ഞുങ്ങൾ മനസ്സിലാക്കുന്നുമുണ്ട് .

എന്തുകൊണ്ടാണ് ചില വ്യക്തികളെ നമ്മൾ അംഗീകരിക്കുകയും ആരാധിക്കുകയും ചെയ്യുന്നത്? ഉദാഹരണമായി മഹാത്മാ ഗാന്ധി, മദർ തെരേസാ, എ.പി.ജെ.അബ്ദുൽ കലാം തുടങ്ങിയവർ. കാരണം മറ്റൊന്നുമല്ല, അവർ സ്വജീവിതത്തിലൂടെ തങ്ങളുടെ സന്ദേശം എന്താണെന്ന് മറ്റുള്ളവർക്ക് കാട്ടിക്കൊടുത്തവരാണ്. നിങ്ങൾ ക്യാമറയുടെ നിരീക്ഷണത്തിലാണ് എന്നു ചിലയിടങ്ങളിൽ ബോർഡ് വച്ചിട്ടുണ്ട്. അതിനർത്ഥം നിയമവിരുദ്ധ നടപടികൾ ചെയ്താൽ കാമറാക്കണ്ണുകൾ കണ്ടുപിടിക്കും, ശിക്ഷ ഉണ്ടാകുമെന്നാണ്. അച്ഛനമ്മമാരായ നിങ്ങൾ മക്കളുടെ നിരീക്ഷണത്തിലാണെന്ന കാര്യം ഓർക്കുക. അവർ നിങ്ങളുടെ പ്രവൃത്തികൾ ഓരോ നിമിഷവും ഒപ്പിയെടുക്കുന്നുണ്ട്.

നിരീക്ഷണങ്ങളിലൂടെ തലമുറകൾ കണ്ടെത്തിയ കാര്യങ്ങളാണ് ഇന്നു നാം അനുഭവിക്കുന്നവയെല്ലാം. നമ്മുടെ പാരമ്പര്യ ചികിത്സകളിലെ ഒറ്റമൂലികൾ, പ്രത്യേക രീതിയിലുള്ള കെട്ടിടനിർമ്മാണ രീതികൾ, കൃഷിരീതികൾ, ആഹാരരുചിക്കൂട്ടുകൾ തുടങ്ങിയവയെല്ലാം അങ്ങനെ നിരീക്ഷിണാനുഭവങ്ങളിൽ നിന്നും രൂപം കൊണ്ടതാണ്. പിൻതലമുറകളുടെ നിരീക്ഷണഫലമായി പിന്നീട് കണ്ടെത്തിയതു പലതും അവയോടൊപ്പം നിരന്തരം കൂട്ടിച്ചേർത്തു കൊണ്ടേയിരിക്കുന്നു. അങ്ങനെ സംഭവിച്ചവയാണ് ഇന്നു നാം അനുഭവിക്കുന്ന എല്ലാ സൗകര്യങ്ങളും.

ഏതെങ്കിലും സംഭവത്തിനു ദൃക്സാക്ഷിയാകുമ്പോഴും ഏതെങ്കിലും പുതിയ സ്ഥലത്തുകൂടി പോകുമ്പോഴും ഏതെങ്കിലുമൊരു യന്ത്രം പ്രവർത്തിക്കുന്നതു കാണുമ്പോഴുമെല്ലാം നമ്മളറിയാതെ നമ്മളിൽ നിരീക്ഷണം നടക്കുന്നുണ്ട്. ഇങ്ങനെയുള്ള നിരീക്ഷണങ്ങൾ ഒരാളിൽ അനുഭവങ്ങളേയും തുടർന്ന് ഉത്തേജനത്തേയും ഉണ്ടാക്കുന്നു. ഈ ഉത്തേജനം ചിന്തയേയും വികാരങ്ങളേയും ഉണ്ടാക്കുന്നു. വികാരങ്ങളാണ് ഒരാളെ പ്രവൃത്തിയിലേക്കു നയിക്കുന്നത്. അപ്പോൾ പ്രവൃത്തിയുടെ ആരംഭം അഥവാ മൂലകാരണം നിരീക്ഷണമാണ്. അതിനാൽ കുഞ്ഞുങ്ങൾ നല്ല പ്രവൃത്തികൾ ചെയ്യുന്നവരായി വളരണമെങ്കിൽ, നല്ല നല്ല കാഴ്ചകളും വർത്തമാനങ്ങളും നിരീക്ഷിക്കുവാനും അതുവഴി നല്ല അനുഭവങ്ങൾ ലഭിക്കുവാനുമുള്ള അവസരങ്ങൾ ബാല്യകാലത്തുതന്നെ ഒരുക്കിക്കൊടുക്കണം. അതായിരിക്കണം മാതാപിതാക്കൾക്ക് കുട്ടികളോടുള്ള പ്രഥമവും പ്രധാനപ്പെട്ടതുമായ ഉത്തരവാദിത്വം.

അതു നിറവേറ്റുമ്പോഴാണ് യഥാർത്ഥ അച്ഛനമ്മമാർ ജനിക്കുന്നത്.

വ്യക്തികളും ഭാവങ്ങളും

വേദിയിലും സദസ്സിലും ഉപവിഷ്ടരായിരിക്കുന്ന വിശിഷ്ട വ്യക്തിത്വങ്ങളേ എന്നു വിളിച്ചുപറഞ്ഞുകൊണ്ടാണ് പലരും തങ്ങളുടെ പ്രസംഗം തുടങ്ങുന്നത്. ഇതിപ്പോൾ സർവ്വസാധാരണമായിട്ടുണ്ട്. വിശിഷ്ടവ്യക്തികളേ എന്ന് അഭിസംബോധന ചെയ്യുന്നതിനു പകരം പ്രസംഗത്തിന് കുറേക്കൂടി സാഹിത്യഭംഗി ഉണ്ടാകട്ടെ എന്നു കരുതി ആയിരിക്കാം ഇങ്ങനെ തുടങ്ങുന്നത്. ഒരാളിന്റെ ഭാവങ്ങളെല്ലാം കൂടി ചേർന്നതാണ് അയാളുടെ വ്യക്തിത്വം. അങ്ങനെയുള്ള ഭാവം (വ്യക്തിത്വം) അയാളെ സംബന്ധിച്ച വിശേഷണമാണ്. ഒരു വ്യക്തിയെ അഭിസംബോധന ചെയ്യുന്നതുപോലെ അയാളെ വിശേഷിപ്പിക്കുന്ന ഭാവത്തിനെ എങ്ങനെയാണ് അഭിസംബോധന ചെയ്യാൻ കഴിയുക? ചിലരുടെ പത്രഭാഷയിലും വികലമായ ഈ പ്രയോഗം കടന്നുകൂടിയിട്ടുണ്ട്. അതവിടെ നിൽക്കട്ടെ, നമ്മുടെ വിഷയം വ്യക്തികളും ഭാവങ്ങളുമാണ്.

രണ്ടുപേർക്കിടയിലുള്ള ആശയവിനിമയങ്ങളെ വിശകലനം ചെയ്യുമ്പോൾ അതിൽ കേവലം സംഭാഷണങ്ങൾ മാത്രമല്ല അതിനോടൊപ്പം ഭാവങ്ങളുമുണ്ടെന്നു കാണാം. ഭാവം എന്നാൽ അത് കേവലം മുഖഭാവം മാത്രമല്ല, സംസാരത്തിന്റെ പ്രത്യേകതയും ശബ്ദവിന്യാസവും എല്ലാംകൂടി ചേർന്നതായിരിക്കും. ഒരാൾ നമ്മുടെ മുന്നിൽ സംസാരിക്കുമ്പോൾ നാം ശ്രദ്ധിക്കുന്നത് അയാളുടെ ശബ്ദം മാത്രമല്ല, അയാളുടെ മുഖവും മുഖത്ത് പ്രത്യക്ഷപ്പെടുന്ന രസങ്ങളുംകൂടിയാണ്. അതിൽനിന്നെല്ലാമാണ് അയാളുടെ സംഭാഷണത്തിന്റെ പൂർണമായ അർത്ഥതലങ്ങൾ നാം മനസ്സിലാക്കുന്നത്.

ഏതോ രാജകുമാരൻ ആണെന്നാണ് അവന്റെയൊരു ഭാവം.

കൊച്ചുകുഞ്ഞുങ്ങളെ പീഡിപ്പിക്കുന്നവന്മാരെയെല്ലാം പച്ചയ്ക്കു കത്തിക്കണം. അപ്രതീക്ഷിതമായ ആ അപകടക്കാഴ്ച ഭീകരമായിരുന്നു, ഇനിയുമാ പിഞ്ചുമക്കളുടെ കാര്യമാണു കഷ്ടം. എന്നിങ്ങനെയൊക്കെ നമ്മൾ അഭിപ്രായം പറയുമ്പോൾ ഏതെങ്കിലുമൊരു ഭാവത്തിലായിരിക്കും നമ്മൾ. കരയുന്ന കുട്ടിയെ ആശ്വസിപ്പിക്കുമ്പോൾ നമുക്കുണ്ടാകുന്ന ഭാവം ആയിരിക്കില്ല ആ കുട്ടി വീടിനകം വൃത്തികേടാക്കുമ്പോൾ ഉണ്ടാകുന്നത്. അപ്പോൾ നമുക്ക് മറ്റൊരു ഭാവമായിരിക്കും. ഈ ഭാവങ്ങൾ അഥവാ ഈഗോ തന്നെയാണ് പെരുമാറ്റശൈലി എന്നുപറയുന്നത്.

എപ്പോഴായാലും നമ്മുടെ പ്രവൃത്തിയും സംസാരവുമെല്ലാം ഓരോരോ ഭാവത്തിലായിരിക്കും.

എല്ലാ മനുഷ്യർക്കും പ്രധാനമായി

പിതൃഭാവം (parent ego)

ശിശുഭാവം (child ego)

പക്വഭാവം (adult ego)

എന്നിങ്ങനെ മൂന്നു ഭാവങ്ങൾ ഉണ്ടായിരിക്കും.

പിതൃഭാവം

മുതിർന്നവരിൽനിന്നും കുട്ടികൾ കണ്ടും കേട്ടും പകർത്തിയത് പിന്നീട് എപ്പോഴെങ്കിലും അതേപോലെ പ്രകടിപ്പിക്കുമ്പോൾ അവരിൽ തെളിയുന്ന ഭാവമാണ് പിതൃഭാവം അഥവാ parent ego.

ഒരു ശിശു ഭാവിയിൽ ആരായിത്തീരണമെന്നതിന്റെ അടിത്തറ ഉറയ്ക്കുന്നത് അഞ്ചു വയസുവരെ കുഞ്ഞ് ആരുടെയൊപ്പം താമസിക്കുന്നു എന്നതനുസരിച്ചാണ്. ഈ കാലത്താണ് കാണുന്നതും കേൾക്കുന്നതും അനുഭവിക്കുന്നതുമെല്ലാം കുട്ടി അറിയാതെ തന്നെ അതിന്റെ തലച്ചോറിൽ കയറിപ്പറ്റുന്നത്. മാതാപിതാക്കളുടേയോ മറ്റു മുതിർന്നവരുടേയോ പ്രവൃത്തികളെ വിവേചന ബുദ്ധിയോടെ മനസ്സിലാക്കാൻ കഴിവില്ലാത്ത ഈ പ്രായത്തിൽ കണ്ടതും കേട്ടതും അതേപടി കുഞ്ഞു പകർത്തും.

മാതാപിതാക്കൾ തമ്മിലുള്ള വഴക്കും അവർക്കിടയിൽ ഉണ്ടാകുന്ന സ്നേഹമില്ലായ്മയുമെല്ലാം കുഞ്ഞുങ്ങളുടെ വ്യക്തിത്വത്തിനുമേൽ പുഴുക്കുത്ത് വീഴ്ത്താറുണ്ട്. മുതിർന്നവരുടെ സംസാരവും പ്രവൃത്തികളും കുഞ്ഞുങ്ങളിൽ പിതൃഭാവം (parent ego) രൂപപ്പെടാൻ കാരണമാകുന്നതുപോലെതന്നെ കുഞ്ഞിന്റെ ജീവിതപരിസര

ത്തുള്ള സംഭവങ്ങളും വസ്തുക്കളുമെല്ലാം അതിനു കാരണമാകാറുണ്ട്. അതിൽ പ്രധാനമാണ് സിനിമ, ടെലിവിഷൻ, യൂട്യൂബ് തുടങ്ങിയ മാധ്യമങ്ങൾ. അവയിലൂടെ കാണുന്ന ലൈംഗികപീഡനങ്ങൾ, അടിപിടി, യുദ്ധം, തുടങ്ങിയവ കുട്ടികളുടെ മനസ്സിലും കയറിക്കൂടും. അങ്ങനെ കയറിക്കൂടിയവയെ താലോലിക്കാനും സമൂഹത്തിൽ പ്രാവർത്തികമാക്കാനും കുഞ്ഞുങ്ങൾ വളർന്നുവരുമ്പോൾ ശ്രമിച്ചെന്നിരിക്കും. ഇങ്ങനെ മറ്റിടങ്ങളിൽനിന്നും ചെറുപ്രായത്തിൽ പകർത്തിയെടുത്തു തലയിൽ സൂക്ഷിച്ചിരിക്കുന്ന കാര്യങ്ങളാണ് നമ്മുടെ പെരുമാറ്റങ്ങളെ നിയന്ത്രിക്കുന്നത്. അതുതന്നെയാണ് പിതൃഭാവത്തിന്റെ അടിസ്ഥാനവും.

എന്തൊരു സംസാരമാണവൾക്ക്, അച്ഛന്റെ ആജ്ഞാശക്തിയും ധാർഷ്ട്യവും അതേപോലെ കിട്ടിയിട്ടുണ്ട്. മത്തൻ കുത്തിയാൽ കുമ്പളം മുളക്കുമോ എന്നിങ്ങനെയെല്ലാം ഒരുവളേപ്പറ്റി പറയണമെങ്കിൽ അതിനർത്ഥം അച്ഛന്റെ അതേശൈലിയിൽ മകളും സംസാരിക്കുന്നു എന്നാണ്. ഇത് അച്ഛനിൽനിന്നും മകൾക്ക് പകർന്നുകിട്ടിയതാണ്. പക്ഷേ അങ്ങനെയുള്ള പകർന്നാട്ടം അച്ഛനിൽനിന്നു കിട്ടിയതാണെന്നോ അച്ഛനെ താൻ അനുകരിക്കുകയാണെന്നോ ഒന്നുംതന്നെ മകൾക്ക് അറിവുണ്ടാകണമെന്നില്ല. എങ്കിലും മാതാപിതാക്കളുമായോ മുൻതലമുറയിൽപ്പെട്ട ബന്ധുക്കളുമായോ തങ്ങൾക്കുള്ള സാമ്യം നാട്ടുകാരിൽനിന്ന് കേട്ടറിയുന്ന ചിലർ ആ പകർന്നാട്ടത്തിൽ ഊറ്റം കൊള്ളാറുണ്ട്.

ഊറ്റം കൊള്ളലിനേപ്പറ്റി പറഞ്ഞപ്പോൾ ഞാൻ ഒരുകാര്യം ഓർക്കുകയാണ്. എന്റെ ചെറുപ്രായത്തിൽ അമ്മയുടെ കുടുംബത്തിൽ വളരെയേറെ പ്രായമുള്ള ഒരമ്മൂമ്മ ഉണ്ടായിരുന്നു. അവരെ 'അസ്ഥികൂടം' എന്നാണ് നാട്ടുകാർ വിളിച്ചിരുന്നത്. അതിന്റെ കാരണം അവർ മെലിഞ്ഞ് എല്ലുന്തിയതൊന്നുമായിരുന്നില്ല.

അതു മറ്റൊരു കഥയാണ്. അമ്മൂമ്മയുടെ അച്ഛൻ വലിയ ദുർവ്വാശിക്കാരനായ ഒരു രാമക്കുറുപ്പ് ആയിരുന്നു.

'അസ്ഥിക്കൂടത്തിൽ' എന്നായിരുന്നു അദ്ദേഹത്തിന്റെ വീട്ടുപേര്. അമ്മൂമ്മയുടെ ഭർത്താവ് മരിച്ചതിനുശേഷം വീട്ടിൽ ഒറ്റപ്പെട്ടതിനാൽ അവർ മകളുടെ വീട്ടിൽ താമസമാക്കി. അവിടെ മരുമകനുമായി പലപ്പോഴും അമ്മൂമ്മ പലകാര്യങ്ങളിലും അഭിപ്രായം പറഞ്ഞു കൊമ്പുകോർക്കാറുണ്ട്. പറഞ്ഞുജയിക്കാൻ പറ്റാതെ വരുമ്പോൾ തോറ്റുകൊടുക്കാൻ മനസ്സില്ലാത്ത അമ്മൂമ്മ അവസാനത്തെ

അടവെന്നപോലെ ഒരു പ്രഖ്യാപനം നടത്തും.

'ഞാൻ അസ്ഥിക്കൂടത്തിലെ രാമന്റെ മോളാണെങ്കിൽ ഇനി മേൽ ഈ വീട്ടിൽനിന്ന് ഒരുതുള്ളി വെള്ളംപോലും കഴിക്കില്ല' അമ്മൂമ്മ തന്റെ അച്ഛനായ രാമക്കുറുപ്പിന്റെ വാശി പകർന്നാടുന്നത് പതിവാക്കിയപ്പോൾ, രസികൻമാരായ കൊച്ചുമക്കൾ തങ്ങളുടെ കുസൃതി പുറത്തെടുത്തു. അമ്മൂമ്മയെ 'അസ്ഥിക്കൂടം' എന്നവർ വിളിച്ചുതുടങ്ങി. ക്രമേണ 'അസ്ഥിക്കൂടം' എന്ന വാക്ക് അസ്ഥികൂടമായി മാറി. അങ്ങനെ നാട്ടുകാർക്കിടയിൽ അമ്മൂമ്മയുടെ പേര് 'അസ്ഥികൂടം' എന്നായി.

Parent ego അഥവാ പിതൃഭാവത്തേപ്പറ്റിയാണല്ലോ നമ്മൾ പറഞ്ഞുവന്നത്. പിതൃഭാവത്തിന്റെ രണ്ടു വകഭേദങ്ങളാണ് Critical parent ego (ശകാരഭാവം) യും nurturing parent ego (സാന്ത്വനഭാവം) യും. Critical parent ego യ്ക്ക് controlling parent ego എന്നും പേരുണ്ട്. ചില ആളുകൾ അത് അമ്മമാരോ അച്ഛൻമാരോ ആരുമായിക്കൊള്ളട്ടെ കുഞ്ഞുങ്ങളെ വളരെയധികം ഇഷ്ടപ്പെടുന്നവരാണ് കെട്ടിപ്പിടിച്ചും ഉമ്മവച്ചും എടുത്തുകൊണ്ട് നടന്നും കുഞ്ഞുങ്ങളെ വളരെയേറെ താലോലിക്കും. ലാളിക്കുന്ന, സാന്ത്വനിപ്പിക്കുന്ന ഈ പിതൃഭാവത്തിനെ Nurturing Parent Ego എന്നാണ് പറയുക. ലാളിക്കുന്ന പിതൃഭാവത്തിൽ നിന്നുകൊണ്ട് കുഞ്ഞുങ്ങളെ സന്തോഷിപ്പിക്കുന്ന അതേസമയംതന്നെ ഇവർ ശിശുഭാവത്തിലുമായിരിക്കും. കാരണം കുഞ്ഞുങ്ങളെ സന്തോഷിപ്പിക്കുന്നതിലൂടെ അവരും സന്തോഷം കണ്ടെത്തുകയാണ്. തങ്ങൾക്കു ചെറുപ്പത്തിൽ ധാരാളമായി കിട്ടിയ ലാളനമാണ് അവർ കുഞ്ഞുങ്ങളുടെ മുന്നിൽ പ്രകടിപ്പിക്കുന്നത്.

മറ്റു ചിലരാകട്ടെ കുഞ്ഞുങ്ങളെ വളരെയധികം വഴക്കു പറയുകയും ശിക്ഷിക്കുകയും ചെയ്യുന്നവരായിരിക്കും. ഇങ്ങനെ വിമർശിക്കുകയും നിയന്ത്രിക്കുകയും ചെയ്യുമ്പോഴുള്ള ഭാവത്തിനെ Critical parent ego അഥവാ controlling parent ego എന്നാണ് പറയുക. Nurturing ego യും Critical egoയും മാതാപിതാക്കളിൽ നിന്നും പകർന്നു കിട്ടുന്നതാണ്. അതിനാലാണ് പൊതുവിൽ രണ്ടിനെയും Parent ego എന്നു പറയുന്നത്. Nurturing parent ego അധികമായുള്ളവരിൽ ചിലപ്പോൾ കുറച്ച് Critical parent ego യും കണ്ടേക്കാം. അതേപോലെ മറിച്ചും.

അന്യനാട്ടിൽ ജോലിചെയ്യുന്ന അച്ഛൻ വീട്ടിൽവന്നിട്ട് ഒരു ദിവ

സമേ ആയുള്ളു. ഒരു വർഷത്തിനു ശേഷം അച്ഛനെ കണ്ട സന്തോഷത്തിലാണ് പന്ത്രണ്ട് വയസുള്ള മകൻ. അച്ഛനോ യാത്രാക്ഷീണത്തിലും. അപ്പോഴാണ് 'അച്ഛാ നമുക്ക് കന്യാകുമാരിയിൽ പോകാം, സ്കൂളിൽനിന്ന് കൂട്ടുകാരെല്ലാം പോയിരുന്നു' എന്നു പറഞ്ഞുകൊണ്ട് മകൻ വന്നു കെട്ടിപ്പിടിക്കുന്നത്. 'ഇപ്പോൾ പോകാൻ പറ്റില്ല, പോയിരുന്നു പഠിക്കാൻ നോക്കൂ പരീക്ഷ അടുത്തു വരുന്നു. അതുപറയുമ്പോൾ അച്ഛൻ Critical parent ego യിലാണ്.

ഒരു ദീർഘ യാത്ര കഴിഞ്ഞുവന്ന തനിക്ക് നല്ല ക്ഷീണമുണ്ടെന്നും ഇപ്പോൾ ഒരു കന്യാകുമാരി യാത്രയ്ക്ക് സാമ്പത്തിക ബുദ്ധിമുട്ടുണ്ടെന്നും മകന്റെ പരീക്ഷ അടുത്തു വരുന്നതിനാൽ അവനു പഠിക്കാൻ കൂടുതൽ സമയം വേണ്ടിവരുമെന്നുമെല്ലാം അയാൾക്കറിയാം. പക്ഷേ, അതെല്ലാം ഉള്ളിൽ മറച്ചുവെച്ചുകൊണ്ടാണ് ഇപ്പോൾ പോകാൻ പറ്റില്ലെന്ന് പറഞ്ഞത്. എന്നാൽ നിരാശയിൽ മുഖം മങ്ങിനിൽക്കുന്ന മകനെ കണ്ടപ്പോൾ അച്ഛന്റെ ഭാവം മാറി. 'മോനേ,നിന്റെ പരീക്ഷ ഒന്നു കഴിയട്ടെ അച്ഛൻ നിന്നെ കൊണ്ടുപോകാം, നീ സമാധാനമായിരുന്നു പഠിക്കാൻ നോക്ക്'. മകനു വിശ്വാസം വരാതെ അച്ഛന്റെ മുഖത്തേക്കു നോക്കുമ്പോൾ 'എടാ നിന്നെ കൊണ്ടു പോയില്ലെങ്കിൽപിന്നെ ആരെയാണ് എനിക്ക് കൊണ്ടുപോകാനുള്ളത്? അതുപറഞ്ഞുകൊണ്ടയാൾ മകനെ ചേർത്ത് പിടിച്ചു. അപ്പോൾ അയാൾ ലാളിക്കുന്ന പിതൃഭാവത്തിലാണ്. ഇങ്ങനെയാണ് വിമർശനപിതൃഭാവമുള്ളവരിൽ ചിലപ്പോൾ ലാളിക്കുന്ന പിതൃഭാവവും പ്രത്യക്ഷപ്പെടുന്നത്.

ഏതുനേരവും മാതാപിതാക്കൾ Critical parent ego യിലാണെങ്കിൽ മക്കളുടെ അവസ്ഥ ഏറെ കഷ്ടമായിരിക്കും. എല്ലാ കാര്യത്തിലും കുറ്റവും കുറവും കണ്ടുപിടിച്ച് ശകാരവും ശിക്ഷയും നടപ്പാക്കിയാൽ അത് മക്കളുടെ ആത്മവിശ്വാസം നഷ്ടമാക്കുമെന്നു മാത്രമല്ല ഇതേ Critical parent ego അവർ തങ്ങളുടെ അടുത്ത തലമുറയിലേക്കും പകർന്നുകൊടുത്ത് അവർക്കും നരകമൊരുക്കും.

ശിശു ഭാവം

കുട്ടിക്കാലത്തുണ്ടായ ജിജ്ഞാസയും ആഹ്ലാദവും മറ്റും മുതിർന്നതിനു ശേഷവും അവർ പ്രകടിപ്പിക്കുമ്പോളുള്ള ഭാവമാണ് ശിശുഭാവം. എല്ലാവർക്കും ജന്മസിദ്ധമായി കിട്ടുന്ന കുറേ കഴിവുകളുണ്ട് അതായത് ഒരാളുടെ ബേസിക് കെമിസ്ട്രി അഥവാ പാരമ്പര്യം.

ഇതുമൂലമാണ് ഓരോ അനുഭവത്തിനും എതിരേ തൽക്ഷണമായുള്ള പ്രതികരണങ്ങളും ചിന്തകളും മറ്റും ഉണ്ടാകുന്നത്. അത് മറ്റുള്ളവരിൽനിന്നും നമ്മൾ കടംകൊണ്ടതോ പകർത്തിയതോ അല്ല. നമ്മുടെ ഉള്ളിൽത്തന്നെ ജന്മനാ ഉണ്ടായിരുന്നതാണ്. അതുകൊണ്ടുതന്നെ ഒരേ അനുഭവത്തിൻമേലുള്ള പ്രതികരണവും ചിന്തകളും പലരിലും പലരീതിയിൽ ആയിരിക്കും. അതാണ് പാരമ്പര്യത്തിന്റെ ഒരു പ്രത്യേകത. ഉള്ളിൽനിന്നും പെട്ടെന്ന് പുറത്തേക്കുവരുന്ന പ്രതികരണങ്ങൾക്കും ചിന്തകൾക്കും ഒരു ഭാവം ഉണ്ടായിരിക്കും. ഉദാഹരണമായി പറഞ്ഞാൽ, നല്ല താളമുള്ളൊരു പാട്ട് കേൾക്കുമ്പോൾ പരിസരംമറന്ന് ചിലർ താളമിടുകയോ ചാടിത്തുള്ളുകയോ ഒക്കെ ചെയ്യാറുണ്ട്. സാഹചര്യവും പരിസരവും മറന്നുകൊണ്ട് പെട്ടെന്നിങ്ങനെ തുള്ളുന്നത് ജന്മസിദ്ധമായൊരു കഴിവാണ്.

വീട്ടിലെ ഇരിപ്പുമുറിയുടെ തറയിൽ വെള്ളമൊഴിച്ച് അതിൽ തുള്ളിച്ചാടുന്ന കുട്ടിയും ജന്മസിദ്ധമായൊരു പ്രത്യേകതകൊണ്ടാണ് അത് ചെയ്യുന്നത്. കുട്ടി അതെവിടെനിന്നും കണ്ടുപഠിച്ചതല്ല. കുട്ടിയുടെ ഉള്ളിൽ കിടന്നിരുന്നൊരു ഭാവമാണത്. കുഞ്ഞുങ്ങൾ ജീവിക്കുന്നത് അത്ഭുതങ്ങളുടെ ലോകത്താണ്. ഇഷ്ടപ്പെട്ട കാര്യങ്ങൾ നടക്കാതെ വരുമ്പോഴും ഇഷ്ടപ്പെട്ട വസ്തുക്കൾ ലഭിക്കാതെ വരുമ്പോഴും അവർ കോപിക്കുകയും കരയുകയും വാശി കാണിക്കുകയും സാധനങ്ങൾ നശിപ്പിക്കുകയുംമറ്റും ചെയ്യും. ഇങ്ങനെ വികാരങ്ങൾ മറയില്ലാതെ അതേപടി പ്രകടിപ്പിക്കുന്നത് നൈസർഗിക വാസനകളാലാണ്. അതുതന്നെയാണ് child ego (ശിശുഭാവം).

Child ego യ്ക്ക് രണ്ടു മുഖങ്ങളുണ്ട്. Free child ego യും Adapted child ego യും. കുട്ടികൾ ആദ്യമായി ചെറിയ ക്ലാസുകളിൽ എത്തുമ്പോൾ പലരും കരയാറുണ്ട്. പുതിയ സാഹചര്യത്തിൽ പെട്ടതിന്റെ അസ്വസ്ഥതയാണത്. കരച്ചിൽ ഇടമുറിയാതെ വന്നുകൊണ്ടിരിക്കും. അപ്പോൾ കുട്ടിയുടെ ശിശുഭാവം നിയന്ത്രണമില്ലാത്ത അവസ്ഥയിലെത്തും. ഈ അവസ്ഥയെ Free child ego എന്നാണ് പറയുക. കുട്ടി Free child ego യിൽ ആണെങ്കിലും ആരെങ്കിലും നിയന്ത്രിക്കുകയോ സമാധാനിപ്പിക്കുകയോ ചെയ്താൽ ചിലപ്പോൾ കരച്ചിൽ നിറുത്തും. എന്നാലും ഇടയ്ക്കിടെ ഏങ്ങലടിച്ചുകൊണ്ടിരിക്കും. സാഹചര്യത്തിനു ചേർന്നവിധം പെരുമാറാൻ കുട്ടി ശ്രമിക്കുന്നതിന്റെ ലക്ഷണമാണ് ഇങ്ങനെയുള്ള കരച്ചിലടക്കലും ഏങ്ങലടിക്കലും. സ്കൂളിലെ ചില നിയന്ത്രണങ്ങൾ Free child ego

യെ തടഞ്ഞുനിർത്തും. എന്നാലും അത് അവിടെത്തന്നെ ഉണ്ടായിരിക്കും. സാഹചര്യത്തിന് ഇണങ്ങുംവിധം പ്രവർത്തിക്കാൻ കുട്ടി പഠിക്കുമ്പോൾ Free child ego യിൽ നിന്നും ഭാവം ക്രമേണ Adapted child ലേക്കു മാറും.

നൈസർഗിക വാസനകളെ അതേപടി പ്രകടിപ്പിക്കരുതെന്നും സമൂഹത്തിൽ എങ്ങനെ പെരുമാറണമെന്നും കുട്ടി ആദ്യമായി പഠിക്കുന്നത് വീട്ടിൽനിന്നാണ്. അതിഥികൾക്ക് നമസ്തേ പറയാൻ അച്ഛനമ്മമാരിൽ നിന്നും കുട്ടികൾ പഠിക്കുന്നത് അതിനൊരു ഉദാഹരണമാണ്. ഉത്സവ സ്ഥലത്ത് ഗാനമേള നടക്കുമ്പോൾ പരിസരം മറന്ന് തുള്ളുന്നവനോട്, 'മറ്റുള്ളവർക്കു ശല്യമുണ്ടാക്കാതെ മോൻ അവിടെയൊന്നിരിയ്ക്കു കുട്ടാ' എന്ന് പിന്നിലുള്ള കാണികൾ ആരെങ്കിലും പറഞ്ഞാൽ, ഒരു സന്ദേശമാണ് അവനു കിട്ടുന്നത്. ആ സാഹചര്യത്തിൽ പൊതുജനത്തെ ഭയന്ന് അവൻ Free child ego യിൽ നിന്നും Adapted child ego യിലേക്ക് എത്തും. സാമൂഹ്യപരമായ നിയന്ത്രണങ്ങളാണ് ഒരാളിനെ Free child-ൽ നിന്നും Adapted child ലേക്ക് എത്തിക്കുന്നത്.

ഇതിനൊരു അപവാദമാണ് ഉറ്റവരുടെ മരണത്തിൽ കരയുന്നവരുടെ അവസ്ഥ. ആ അവസ്ഥയിൽ നിയന്ത്രണങ്ങൾ ഉപയോഗിച്ച് Adapted child ego യിലേക്ക് അവരെ എത്തിച്ചു കരച്ചിലിന് വിരാമം ഉണ്ടാക്കാനാവില്ല. അവരപ്പോൾ തീർത്തും കൊച്ചുകുഞ്ഞുങ്ങളെപ്പോലെ ആയിരിക്കും. അതുകൊണ്ടാണ് അവർ നിയന്ത്രണമില്ലാതെ പൊട്ടിക്കരയുന്നത്. ഈഅവസ്ഥയാണ് Free Child Ego.

ഇത് രൂപംപ്രാപിക്കുന്നത് ആറു വയസ്സിനുള്ളിലായിരിക്കും. പ്രായമേറിയതിനു ശേഷം അനുഭവപ്പെടുന്ന സാമൂഹ്യ നിയന്ത്രണങ്ങളും ആചാരങ്ങളുംമൂലം ബഹുഭൂരിപക്ഷം ആളുകളും Adapted child ego യിലേക്ക് മാറാൻ നിർബന്ധിതരാവുകയാണ്. നമ്മുടെ ഉള്ളിലുള്ള Free child അഥവാ natural child നെ ഉറക്കിക്കിടത്തിയിട്ട് സാമൂഹ്യ മര്യാദയ്ക്കു വേണ്ടി അഭിനയിക്കേണ്ടി വരുന്നു. അങ്ങനെയാണ് സ്വതസിദ്ധമായി വരുന്ന പൊട്ടിച്ചിരി ചിലയവസരങ്ങളിൽ അമർത്തേണ്ടിവരുന്നതും ചില വേദികൾക്കു മുന്നിലിരുന്ന് കൈയ്യടിക്കേണ്ടിവരുന്നതും. ഇങ്ങനെയൊക്കെയാണെങ്കിലും പ്രായമെത്രയായാലും ജന്മസിദ്ധമായുള്ള Free child ego

അവിടെത്തന്നെ ഉണ്ടാകും. അനുകൂല സാഹചര്യത്തിൽ അതു പുറത്തു വരും.

പക്വഭാവം

വസ്തുക്കളെയും സംഭവങ്ങളെയും സമചിത്തതയോടെ ശാസ്ത്രീയമായി അപഗ്രഥിച്ച് പഠിക്കാൻ ശ്രമിക്കുന്ന പാകതവന്ന പെരുമാറ്റവും സംസാരവുമാണ് പക്വഭാവത്തിന്റെ ലക്ഷണം. പിതൃഭാവത്തിലും ശിശുഭാവത്തിലും ഉള്ളതുപോലെ പക്വഭാവത്തിൽ ഉപവിഭാഗങ്ങൾ ഒന്നുംതന്നെ ഇല്ല. കാര്യമായ വികാരപ്രകടനങ്ങൾക്ക് പക്വഭാവത്തിൽ സ്ഥാനമുണ്ടാവില്ല.

അവിടെ കാര്യങ്ങൾ യുക്തിയുക്തമായിട്ടാണ് അവതരിപ്പിക്കുന്നത്. പക്വഭാവത്തിൽ ശാന്തതക്കാണ് പ്രാധാന്യം. ചെറുപ്പംമുതൽ നമ്മൾ നടത്തുന്ന പഠന, നിരീക്ഷണങ്ങളിലൂടെയും നമുക്കുണ്ടാകുന്ന അനുഭവങ്ങളിലൂടെയുമാണ് ക്രമേണ നമ്മൾ പക്വഭാവത്തിലേക്ക് എത്തിച്ചേരുന്നത്.

ഒരു കൊച്ചുകുട്ടി തന്റെ കയ്യിൽ കിട്ടുന്ന സാധനം തിരിച്ചും മറിച്ചും നോക്കി അതിന്റെ പ്രത്യേകതകൾ മനസ്സിലാക്കാൻ ശ്രമിക്കുന്നതു കാണാം. സ്വിച്ച് ഉള്ള കളിപ്പാട്ടമാണെങ്കിൽ അതിന്റെ സ്വിച്ച് കണ്ടുപിടിച്ച് പ്രവർത്തിപ്പിക്കാൻ ശ്രമിക്കുന്നതു കാണാം. അവിടെ പക്വഭാവം തുടങ്ങുകയായി. കുറേക്കൂടി വളരുമ്പോൾ സംശയങ്ങൾ ചോദിക്കുന്നതും പക്വഭാവത്തിന്റെ ലക്ഷണമാണ്. ഈ ഘട്ടത്തിൽ അവരെ നിരുത്സാഹപ്പെടുത്താൻ പാടില്ല. കുട്ടികളിൽ പക്വഭാവം കരുപ്പിടിപ്പിക്കുന്നതിൽ മാതാപിതാക്കളുടെ ആശാവഹമായ സമീപനം ഏറെ ഗുണം ചെയ്യും.

പിതൃഭാവം, ശിശുഭാവം, പക്വഭാവം എന്നിവ മൂന്നും തലച്ചോറിൽ മൂന്നിടങ്ങളിലായി രൂപംകൊണ്ട് സൂക്ഷിച്ചുപോരുന്നവയാണെന്നാണ് കണ്ടെത്തൽ.

വിവിധ രംഗങ്ങളിലെ ഭാവപ്രകടനങ്ങൾ

A) **വീ**ടിനുള്ളിൽ ടൈൽപതിച്ച തറയിൽ വെള്ളമൊഴിച്ചു കളിക്കുന്ന കുട്ടിയോട്, മോനേ ഇവിടെ വെള്ളം ഒഴിക്കരുതെന്ന് അമ്മ പറഞ്ഞാൽ എന്താണുണ്ടാവുക? ഒന്നുകിൽ കുട്ടി കളി നിറുത്തും, അല്ലെങ്കിൽ വെള്ളമൊഴിച്ചുകൊണ്ടുള്ള കളി തുടരും. എന്നാൽ ചില കുട്ടികൾ എന്താണമ്മേ വെള്ളമൊഴിച്ചാലെന്ന് ചോദിച്ചെന്നിരിക്കും. ആ ചോദ്യം കാര്യം ഗ്രഹിക്കാൻവേണ്ടിയുള്ള വളരെ ശാന്തമായ ഒരു അന്വേഷണമാണ്. എന്താണമ്മേ വെള്ളമൊഴിച്ചാൽ എന്നൊരു ചോദ്യം കുട്ടിയിൽ നിന്നും വരുമ്പോൾ, 'ടൈലിനുമേലെ വെള്ളം കിടക്കുന്നതു കാണാതെ നടന്നുവരുന്ന ആളുകൾ അതിൽ ചവിട്ടി കാലുതെന്നി മറിഞ്ഞുവീഴും കുഞ്ഞേ' എന്ന് കുഞ്ഞിനു മനസ്സിലാകുന്ന ഭാഷയിൽ കാര്യകാരണസഹിതം പറഞ്ഞു കൊടുക്കുകയാണെങ്കിൽ അമ്മ അപ്പോൾ പക്വഭാവത്തിലായിരിക്കും.

B) എന്താണ് വെള്ളമൊഴിച്ചാൽ എന്നു കുട്ടി ചോദിക്കുമ്പോൾ, 'പറയുന്നതങ്ങു കേട്ടാൽമതി ഏറെ ചോദ്യമൊന്നും ഇങ്ങോട്ടു വേണ്ടാ'യെന്ന് ദേഷ്യപ്പെട്ടുകൊണ്ട് അമ്മ പറഞ്ഞാൽ അത് അമ്മയുടെ വിമർശന പിതൃഭാവത്തെ (Critical parent ego) യാണ് കാണിക്കുന്നത്. അമ്മ ഇങ്ങനെ ഈർഷ്യ കാണിക്കണമെങ്കിൽ ചെറുപ്പത്തിൽ അവർ എവിടെനിന്നെങ്കിലും അത് കേട്ടുപഠിച്ചിട്ടുണ്ടാവും. തങ്ങളുടെ മാതാപിതാക്കളിൽനിന്നോ അദ്ധ്യാപകരിൽനിന്നോ അല്ലെങ്കിൽ ഏതെങ്കിലും മുതിർന്നവരിൽനിന്നോ ആയിരിക്കാമത്.

C) കുട്ടി വീടിനുള്ളിൽ വെള്ളമൊഴിച്ചു കളിച്ചു തറയെല്ലാം വൃത്തികേടാക്കുമ്പോൾ, 'ശ്ശോ ഈ കുഞ്ഞ് എനിക്കു ജോലി ഉണ്ടാക്കിയല്ലോ, ഇതെന്തു കഷ്ടമാണ്. ഇതെല്ലാം തൂത്തും തുടച്ചും വരുമ്പോഴേക്കും ഇന്നെന്റെ നടുവൊടിയുമല്ലോ ദൈവമേ' എന്നാണ് അമ്മ

പറയുന്നതെങ്കിൽ അതിനൊരു സങ്കടഭാവമാണുള്ളത്. ഈ ഭാവം അമ്മ ആരിൽനിന്നും പകർത്തിയതല്ല, ജന്മനാ അമ്മയുടെ ഉള്ളിൽ ഉണ്ടായിരുന്നതാണ്. അതാണ് ശിശുഭാവം. കുട്ടി വെള്ളമൊഴിച്ചു തറ വൃത്തികേടാക്കുമ്പോൾ അമ്മമാരുടെ പ്രതികരണം മൂന്നുവിധത്തിൽ ആകാമെന്ന് കണ്ടുകഴിഞ്ഞു. നമ്മളിലെല്ലാം ഈ മൂന്നു ഭാവങ്ങളും ഉണ്ട്. സന്ദർഭവും സാഹചര്യവും അനുസരിച്ച് മാറി മാറി അവ കാണിച്ചിരിക്കും.

പിതൃഭാവം, ശിശുഭാവം, പക്വഭാവം എന്നീ മൂന്ന് അവസ്ഥകളേപ്പറ്റി കൂടുതൽ മനസ്സിലാക്കുന്നതിനായി ചില രംഗങ്ങൾ അവതരിപ്പിക്കാം. അവയിലെ കഥാപാത്രങ്ങൾ ഏതു ഭാവത്തിലാണ് അല്ലെങ്കിൽ ഏത് ego state ൽ ആണെന്ന് നമുക്ക് നോക്കാം.

i) നാലു വയസ്സുള്ള ഒരു കുട്ടിയുടെ കയ്യിൽ നിന്നും ഒരു കുപ്പി താഴെ വീണു പൊട്ടുന്നു, അതിലുണ്ടായിരുന്ന വെളിച്ചെണ്ണ തറയിൽ പരന്നൊഴുകുന്നു. അതു കണ്ടുകൊണ്ടുവന്ന അമ്മ, 'മുടിക്കാനായി പിറന്നവൻ, എല്ലാം നശിപ്പിക്കും, ഒരു ശ്രദ്ധയുമില്ല, തല്ലു കിട്ടാത്ത കുഴപ്പമാണ് നിനക്ക്' എന്നെല്ലാം പറയുന്നതാണു രംഗം.

അപ്പോൾ അമ്മ ഏതു ഭാവത്തിലായിരിക്കും? ബിന്ദു പറയണം.

അമ്മ നടത്തുന്നത് ശാസനയും ഭീഷണിയുമാണ്. അതിനാൽ അവർ വിമർശന പിതൃഭാവത്തിൽ (Critical parent ego) ആയിരിക്കും.

ii) വീട്ടുമുറ്റത്തേക്കു കയറിവന്ന പട്ടിയെ കണ്ടു ഭയന്ന് വീടിനുള്ളിലേക്ക് ഓടിക്കയറുന്ന കുഞ്ഞിനെ അമ്മ വാരിയെടുത്തു കൊണ്ട്, 'മോൻ പേടിച്ചുപോയി ഇല്ലേ, പേടിക്കേണ്ടാ, നമ്മൾ ദിവസവും ചോറുകൊടുക്കുന്ന പട്ടിയല്ലേ അത്. ചോറ് കൊടുക്കുന്നവരെ പട്ടി ഒന്നും ചെയ്യില്ല മോനെ' എന്നെല്ലാം പറയുന്നതാണു രംഗം. അപ്പോൾ അമ്മ ഏതു ഭാവത്തിലായിരിക്കും? കല്യാണി പറയണം.

കുഞ്ഞിനെ വാരിയെടുത്തുകൊണ്ട് പേടിക്കേണ്ടാ എന്ന് പറയുന്നത് ആശ്വസിപ്പിക്കലാണ്. അപ്പോൾ ലാളനയുടെ ഭാവമാണ് അമ്മയിൽ വിരിയുക. അതായത് Nurturing parent ego.

അത് മാത്രമല്ല കല്യാണീ. ചോറു കൊടുക്കുന്നവരെ പട്ടി ഒന്നും ചെയ്യില്ലെന്നു കുഞ്ഞിനെ പറഞ്ഞു മനസ്സിലാക്കിക്കുന്ന അമ്മ പക്വമതിയുമാണ്. അതിനാൽ ആ സമയം അവർ Adult ego യിലുമായിരിക്കും. കുഞ്ഞിനെ വാരിയെടുത്തു പേടിക്കേണ്ട എന്നുപറഞ്ഞ്

ആശ്വസിപ്പിക്കുമ്പോൾ അമ്മ രണ്ടു ഭാവങ്ങളിൽ (Nurturing parent ego & Adult ego) ആയിരിക്കുമെന്ന് നമ്മൾ അറിഞ്ഞുകഴിഞ്ഞു. ഇനിയും നമുക്കറിയേണ്ടത് അമ്മ വാരിപ്പുണർന്ന് ആശ്വസിപ്പിക്കുമ്പോൾ കുഞ്ഞ് ഏതുഭാവത്തിലായിരിക്കുമെന്നാണ്.

ഭീതിയകന്നു സുരക്ഷിതത്വത്തിന്റ ആശ്വാസം ലഭിക്കുന്നതിനാൽ കുഞ്ഞിന്റെ അപ്പോഴുള്ള ഭാവം സ്വതന്ത്ര ശിശുഭാവം (Free child ego) ആയിരിക്കും. അതു മാത്രമല്ല അമ്മയുടെ ലാളന കാണുകയും അനുഭവിക്കുകയും ചെയ്യുന്ന കുഞ്ഞ് അമ്മയുടെ ലാളിക്കുന്ന പിതൃഭാവം (Nurturing parent ego) അതേപടി തന്റെ തലയിൽ പകർത്തി വയ്ക്കും. ഭാവിയിൽ എല്ലാ കുഞ്ഞുങ്ങളോടും ലാളന കാണിക്കാനുള്ളൊരു സ്വഭാവ രൂപീകരണമാണ് അപ്പോളവിടെ നടക്കുന്നത്.

iii) ആകാശം നിറയെ കാർമേഘങ്ങൾ പല രൂപത്തിലും വലിപ്പത്തിലും നീങ്ങിക്കൊണ്ടിരിക്കുകയാണ്. ഇടയ്ക്കിടയ്ക്ക് മേഘങ്ങൾക്ക് പല രൂപമാറ്റങ്ങളും ഉണ്ടാകുന്നുണ്ട്. അങ്ങനെയുള്ളൊരു സായാഹ്നത്തിൽ മുറ്റത്ത് ആകാശം നോക്കിയിരിക്കുന്ന ഒരു കുട്ടി തന്റെ അമ്മയെ വിളിച്ചു പറയുന്നു 'അമ്മേ..അതാ ഒരാന'. അമ്മ വന്നില്ല. കേൾക്കാത്തതു കൊണ്ടായിരിക്കുമെന്നുകരുതി അവൻ വീണ്ടും അമ്മയെ വിളിച്ചു 'അമ്മേ ഓടിവായോ ദാ ആന പോകുന്നു'. വീടിനു മുന്നിലൂടെ ആന പോകുന്നതു കാണാനായി അമ്മ ഓടിവന്നു. അവിടെയെങ്ങും ആനയെ കാണാഞ്ഞതിനാൽ സംശയത്തോടെ അല്പം അരിശത്തോടുകൂടി അമ്മ ചോദിച്ചു 'എവിടെയാടാ നിന്റെ ആന?'

അവൻ ആകാശത്തേക്ക് ചൂണ്ടിക്കാട്ടി നോക്കമ്മേ എന്നു പറഞ്ഞിട്ട് ഉടൻതന്നെ അയ്യോ അതു പോയമ്മേ എന്നുകൂടി പറഞ്ഞപ്പോൾ അമ്മയുടെ അരിശം കൂടി. തന്നെ പറ്റിക്കാൻ പറഞ്ഞതാണെന്നു കരുതിയ അമ്മ ദേഷ്യപ്പെട്ടു.

'ഞാനവിടെ മെഴുക്കുപുരട്ടി അടുപ്പത്തുവെച്ചപ്പോഴാണ് മനുഷ്യനെ പറ്റിക്കാനായിട്ട് അവന്റെ ഒരാന. ഈ ചെറുക്കനെന്താ വട്ടുണ്ടോ? ദേ, ഒരുകാര്യം ഞാൻ പറഞ്ഞേക്കാം ഇല്ലാത്ത ഓരോരോ കാര്യം പറഞ്ഞു മനുഷ്യനെ പേടിപ്പിക്കാൻ വന്നാലുണ്ടല്ലോ വീക്കു വാങ്ങിക്കും നിനക്ക്, ങാ... പറഞ്ഞേക്കാം.' ഇതാണ് രംഗം.

മേഘങ്ങളിൽ ആനയെ കണ്ടുകൊണ്ടിരുന്ന കുട്ടി അമ്മയെ വിളിക്കുന്നത് ഏത് ഭാവത്തിലായിരിക്കും? കമല പറയണം.

ആകാശത്തു കൂടി ഒഴുകുന്ന കാർമേഘങ്ങളുടെ ആകൃതി കണ്ടപ്പോൾ ആ കുട്ടി തന്റെ ഭാവനയിൽ അവിടെ ഒരു ആനയെ കാണുകയായിരുന്നു. അപ്പോഴുണ്ടായ അത്ഭുതവും സന്തോഷവും പങ്കുവെക്കാനാണ് അവൻ അമ്മയെ വിളിച്ചത്. ഈ സന്തോഷവും അത്ഭുതവുമൊന്നും ആരുടെയും പക്കൽ നിന്നും കുട്ടി കണ്ടു പഠിച്ചതോ പകർത്തിയതോ അല്ല. കുട്ടിയുടെ ഉള്ളിലുണ്ടായിരുന്ന ജന്മസിദ്ധമായ ജിജ്ഞാസയാണതിനു കാരണം. അപ്പോൾ അവൻ Child ego യിലായിരിക്കും.

അമ്മ വന്നപ്പോൾ 'അയ്യോ അതു പോയമ്മേ' എന്നു കുട്ടി പറഞ്ഞത് ഏതു ഭാവത്തിലായിരിക്കും? എവിടെയായിരിക്കും അതു രേഖപ്പെടുത്തുന്നത് ? ബാബു പറയണം.

മേഘത്തിനുണ്ടായിരുന്ന ആനയുടെ രൂപം പെട്ടെന്ന് മാറിയപ്പോൾ 'അയ്യോ അതു പോയമ്മേ' എന്നു പറയണമെങ്കിൽ അവനു നിരാശയും സങ്കടവും ഉണ്ടായിക്കാണും. ഈ വികാരങ്ങൾ പെട്ടന്നങ്ങനെ വരണമെങ്കിൽ ജന്മനാ അത് ഉള്ളിൽത്തന്നെ ഉണ്ടായിരിക്കണ്ടേ? അതിനാൽ കുട്ടി Free Child Egoയിൽ ആയിരിക്കും. സന്തോഷവും നിരാശയുമെല്ലാം ശിശുഭാവമായതിനാൽ അവ രേഖപ്പെടുത്തുന്നത് തലയിൽ ശിശുഭാവത്തിനു വേണ്ടിയുള്ള പ്രത്യേക അറയിലായിരിക്കും.

'ദേ, ഒരുകാര്യം ഞാൻ പറഞ്ഞേക്കാം. ഇല്ലാത്ത ഓരോ കാര്യം പറഞ്ഞു മനുഷ്യനെ പേടിപ്പിക്കാൻ വന്നാലുണ്ടല്ലോ വീക്കു വാങ്ങിക്കും നിനക്ക്' എന്നിങ്ങനെ അമ്മ കുട്ടിയോട് ഭീഷണിയുടെ സ്വരത്തിൽ പറയുമ്പോൾ അമ്മയുടെ ഭാവം എന്തായിരിക്കും? സുലോചനക്ക് പറയാം.

അമ്മയുടെ കർക്കശമായ മുന്നറിയിപ്പല്ലേ അത്, അപ്പോഴുള്ള ഭാവം തീർച്ചയായും Critical parent ego ആയിരിക്കും.

വീക്കുവാങ്ങിക്കും നിനക്കെന്നുള്ള അമ്മയുടെ ഭീഷണി കേൾക്കുമ്പോൾ കുട്ടിയിൽ എന്ത് ഭാവമാണ് ഉണ്ടാവുക? എവിടെയാണ് അതു രേഖപ്പെടുത്തുക? ഈ ചോദ്യം രാധമ്മയ്ക്കു ള്ളതാണ്.

'ഭയമാണുണ്ടാവുക. അതു സ്വാഭാവികമായി പെട്ടെന്ന് ഉള്ളിൽ നിന്നും വരുന്ന ഭാവമായതിനാൽ തലയിലെ Child egoയ്ക്കു വേണ്ടിയുള്ള ഇടത്തിലായിരിക്കും രേഖപ്പെടുത്തുക'

'വീക്കുവാങ്ങിക്കും നിനക്കെന്നുള്ള അമ്മയുടെ ഭീഷണിയിൽ

കുഞ്ഞു ഭയന്നതും ഈ ഭയം തലച്ചോറിലെ Child ego യിൽ രേഖപ്പെടുത്തിയതും ശരിതന്നെ. പക്ഷേ, അതോടൊപ്പംതന്നെ അമ്മ പറഞ്ഞ ഭീഷണിരൂപത്തിലുള്ള വാക്കുകൾ കുഞ്ഞിന് കേൾവിയുടെ അനുഭവംകൂടി കൊടുക്കുന്നുണ്ട്.

മുതിർന്നവരിൽനിന്നും കിട്ടുന്ന കേൾവിയുടെ ഈ അനുഭവം പിതൃഭാവം (Parent ego) ആയിട്ടാണ് കുട്ടിയുടെ തലച്ചോറിൽ രേഖപ്പെടുത്തുക. ഇവിടെ ഒരുകാര്യം പ്രത്യേകം ശ്രദ്ധിക്കണം. അമ്മ കുട്ടിയെ വഴക്കു പറഞ്ഞു ഭീഷണിപ്പെടുത്തിയ സംഭവം ഉണ്ടായപ്പോൾ അതു കുട്ടിയുടെ ബോധമണ്ഡലത്തിൽ രേഖപ്പെടുത്തുന്നത് രണ്ടിടങ്ങളിലായിട്ടാണ്.

1) മുന്നറിയിപ്പും ഭീഷണിയും കേട്ടതിനാൽ ഉണ്ടായ ദുഃഖവും ഭയവും child ego (ശിശുഭാവം)യിൽ രേഖപ്പെടുത്തുന്നു.

2) അതേസമയംതന്നെ അമ്മയുടെ പിതൃഭാവത്തിലുള്ള മുന്നറിയിപ്പും ഭീഷണിയും Critical parent ego (ശാസനാ പിതൃഭാവം)യിലും രേഖപ്പെടുത്തുന്നു.

ഇനിയും അടുത്തത് ഒരു നീണ്ട ചോദ്യമാണ്. മേഘങ്ങളിൽ ആനയുടെ രൂപം കണ്ട ഈ കുട്ടി വളർന്നു യുവാവായി ഒരു പെൺകുഞ്ഞിന്റെ അച്ഛനുമായി എന്ന് സങ്കൽപ്പിക്കുക. ഒരു ദിവസം അയാളുടെ കുഞ്ഞുമകൾ മുറ്റത്തു നിന്നുകൊണ്ട് വീടിനുള്ളിൽ ഏതോ പ്രധാന ജോലിയിൽ ഏർപ്പെട്ടിരുന്ന അച്ഛനോട് വിളിച്ചുപറയുകയാണ് 'അച്ഛാ ജാഥ പോകുന്നു' അച്ഛൻ വന്നില്ല. കുഞ്ഞു വീണ്ടും ജാഥ പോകുന്നു എന്ന് ഉച്ചത്തിൽ വിളിച്ചു പറഞ്ഞപ്പോൾ, മുദ്രാവാക്യങ്ങളുടെ ശബ്ദമൊന്നും കേൾക്കാത്തതിനാൽ ഏതോ ദുഃഖാചാരണ മൗനജാഥ ആയിരിക്കുമെന്നു കരുതി അച്ഛൻ തന്റെ ജോലി നിറുത്തിവെച്ചിട്ട് ഇറങ്ങി വന്നു. നോക്കുമ്പോൾ അവിടെയെങ്ങും ജാഥയില്ല. മകൾ മുറ്റത്ത് മണ്ണിലേക്ക് കൈചൂണ്ടി നിൽക്കുകയായിരുന്നു. അവൾ കൈ ചൂണ്ടിയ ഭാഗത്തേക്ക് നോക്കുമ്പോൾ ഒന്നിനുപിറകെ ഒന്നായി കറുത്ത വലിയ ഉറുമ്പുകൾ നീങ്ങുന്ന ഒരു കാഴ്ചയാണ് അയാൾ കണ്ടത്. അപ്പോൾ ഈ അച്ഛൻ കുഞ്ഞുമകളോട് എന്തു പറയാനായിരിക്കും സാധ്യത? ഏതു ഭാവത്തിലായിരിക്കും അയാൾ അതു പറയുന്നത്?

ഇവിടെ രണ്ടു സാധ്യതകളാണുള്ളത്

1) ഞാഹാ! ശരിയാണല്ലോ ഉറുമ്പിന്റെ ജാഥയാണല്ലോ

പോകുന്നത്. അവർ എല്ലാവരും എന്തോ കടിച്ചുപിടിച്ചിട്ടുണ്ടല്ലോ അതെന്താണെന്ന് മോൾക്ക് മനസ്സിലായോ? അവർക്കു കിട്ടിയ ആഹാരമാണത്. അതുമായി അവർ താമസിക്കുന്ന മാളത്തിലേക്ക് പോവുകയാണ്. മോളേ അതിന്റെ അടുത്തേക്കു പോകല്ലേ, ദൂരെ നിന്നു കണ്ടാൽ മതി. ഇങ്ങനെയെല്ലാം പറഞ്ഞുകൊണ്ട് മകളുടെ അത്ഭുതക്കാഴ്ചയിൽ പങ്കുചേരും. അപ്പോൾ അച്ഛനും കുഞ്ഞുമകളേപ്പോലെ free child ego state ൽ ആയിരിക്കും. ദൂരെനിന്നു കണ്ടാൽ മതി എന്നു പറയുമ്പോൾ ആ അച്ഛൻ ലാളിക്കുന്ന പിതൃഭാവത്തിലാണ്. കിട്ടിയ ആഹാരവുമായി അവർ താമസിക്കുന്ന മാളങ്ങളിലേക്ക് പോവുകയാണെന്ന് പറയുന്ന അച്ഛൻ കുഞ്ഞുമകൾക്ക് അറിവു പകർന്നുകൊടുക്കുകയാണ്. അപ്പോൾ അയാൾ പക്വഭാവത്തിലുമാണ്.

2) 'അത്യാവശ്യമായിട്ട് ഒരു ജോലി ചെയ്തുകൊണ്ടിരിക്കുമ്പോഴാണ് അവളുടെ ഒരു ജാഥ. മനുഷ്യനെ മെനക്കെടുത്താൻ ഓരോന്നുമായി വരും. ഉറുമ്പുകൾ പോകുന്നത് കണ്ടിട്ട് ജാഥയാണു പോലും. മനുഷ്യനെ പറഞ്ഞുപറ്റിക്കുന്ന സ്വഭാവം ചെറുപ്പത്തിലെ തുടങ്ങിക്കോ'. ഇങ്ങനെ പറഞ്ഞുകൊണ്ട് അച്ഛൻ അകത്തേക്കു കയറിപ്പോകും. അപ്പോളയാൾ വിമർശനപിതൃഭാവത്തിൽ (Critical parent ego)ആയിരിക്കും.

ഈ പറഞ്ഞ രണ്ടു സാധ്യതകളിൽ ഏതിനായിരിക്കും കൂടുതൽ സാധ്യത?

ശിശുവിഹാറിലെ ടീച്ചറായ സുലോചനയാണ് ആദ്യം കൈ പൊക്കിയത്. 'ഞാനാണെങ്കിൽ മോളേ അതിനെ പിടിക്കരുത് കടിക്കും ദൂരെ നിന്ന് കണ്ടാൽ മതി എന്നെല്ലാം പറയും.'

സുലോചന എന്തുപറയും എന്നല്ല ഞാൻ ചോദിച്ചത്. ചെറുപ്പത്തിൽ മേഘങ്ങളെ കണ്ടിട്ട് ആനയാണെന്ന് പറഞ്ഞതിന് അമ്മയിൽനിന്നും വഴക്കു കേട്ട കുഞ്ഞ് വളർന്ന് അച്ഛനായി തീർന്നപ്പോൾ അയാൾ തന്റെ കുഞ്ഞുമകളോട് ഇടപെടുന്ന രീതിയാണ് ഇവിടെ പരാമർശിക്കുന്നത്. കൊച്ചുകുഞ്ഞിന്റെ ഭാവനയും സന്തോഷവും മനസ്സിലാക്കാതെ critical parent egoയിൽ നിന്നുകൊണ്ട് കുഞ്ഞിനെ കുറ്റപ്പെടുത്തുകയും ഭീഷണിപ്പെടുത്തുകയും ചെയ്തിരുന്ന അമ്മയുടെ വാക്കുകൾ കേട്ട് അതു തന്റെ തലയിൽ രജിസ്റ്റർ ചെയ്തിരുന്ന പഴയ കുട്ടിയാണ് ഇപ്പോഴത്തെ അച്ഛൻ എന്നകാര്യം ഓർക്കേണ്ടതുണ്ട്. ഈ അച്ഛനെ ചെറുപ്പത്തിൽ അയാളുടെ അമ്മ കുറ്റപ്പെ

ടുത്തുകയും ഭീഷണിപ്പെടുത്തുകയും ചെയ്തതുപോലെ ഇയാൾ തന്റെ കുഞ്ഞിനേയും ശാസിക്കാനാണ് കൂടുതൽ സാധ്യത. ഒരു പക്ഷേ അങ്ങനെ സംഭവിക്കുന്നില്ലെങ്കിൽ അതിനു കാരണം, നിങ്ങൾ എന്റെ ഈ ക്ലാസ്സുകളിൽ നിന്നും സ്ക്രിപ്റ്റുകളേ കുറിച്ച് അറിയുന്നതുപോലെ ചിലതൊക്കെ അയാളും എവിടെ നിന്നെങ്കിലും പഠിച്ചിട്ടുണ്ടാകുമെന്നു കരുതണം.

ആശയവിനിയമങ്ങളിലെ ഭാവമാറ്റങ്ങൾ

ആശയവിനിമയങ്ങളിലെ ഭാവമാറ്റത്തെപ്പറ്റിയാണ് കഴിഞ്ഞ ക്ലാസ്സിൽ പറഞ്ഞിരുന്നത്. ഭാവപ്രകടനങ്ങൾ സന്ദർഭോചിതമല്ലെങ്കിൽ ഉണ്ടായേക്കാവുന്ന പൊല്ലാപ്പുകളെപ്പറ്റിയാണ് ഇനി പറയുന്നത്.

അച്ഛനും അമ്മയും കൊച്ചുമകനും കൂടി ഉത്സവം കാണാൻ എത്തിയതാണ്. അപ്പോഴാണ് കുട്ടി ഉത്സവപ്പറമ്പിൽ ഒരു പ്രത്യേകതരം മിഠായി കാണുന്നത്. ഒരാൾ വെയിലത്തു നിന്നു കൊണ്ട് നിറമുള്ള ഏതോ ഒരു സാധനം വലിച്ചുനീട്ടി അതുകൊണ്ട് പൂവ്, മാല കാക്ക, കൊക്ക് തുടങ്ങിയ രൂപങ്ങൾ ഉണ്ടാക്കിക്കൊടുക്കുന്നു. മറ്റു കുട്ടികൾ അത് വാങ്ങി കഴിക്കുന്നത് കാണുമ്പോൾ 'എനിക്കും വേണം മിഠായി'എന്ന് ഈ കുട്ടി നിർബന്ധം കാട്ടുന്നു. മിഠായി ഉണ്ടാക്കുന്നത് വൃത്തിഹീനമായ സാഹചര്യങ്ങളിലാണെന്ന കാര്യം അച്ഛനറിയാം. അതുകൊണ്ടുതന്നെ കുട്ടിയെ നിരുത്സാഹപ്പെടുത്താൻ അദ്ദേഹം ശ്രമിച്ചു. മോനേ അതു നല്ലതല്ല എന്നു പറഞ്ഞെങ്കിലും കുട്ടി അതേ നിലപാടിൽതന്നെ ഉറച്ചുനിന്നു. മിഠായി വേണമെന്നുറക്കെ പറയാൻതുടങ്ങി.

'മോനേ നീ അതു കണ്ടോ,അങ്ങോട്ട് നോക്ക്. വിയർപ്പൊഴുകുന്ന കൈകൊണ്ടാണ് അയാൾ മിഠായി വലിച്ചുനീട്ടി ഉണ്ടാക്കുന്നത്. അയാളുടെ വിയർപ്പു പുരണ്ട മിഠായി അഴുക്കല്ലേ, അതു വായിലിട്ടാൽ ശർദ്ദിക്കും. 'എനിക്ക് മിഠായി വേണം' ആവശ്യം പൂർവ്വാധികം ശക്തിപ്രാപിച്ചു. മോനേ നീ അതിന്റെ നിറം കണ്ടോ, കുട്ടികളെ ആകർഷിക്കാൻവേണ്ടി ചായം പുരട്ടിയതാണ്. അതു വയറ്റിൽ ചെന്നാൽ വയറു വേദന ഉണ്ടാകും. അപ്പോൾ ആശുപത്രിയിൽ

പോകേണ്ടിവരും. അവിടെ എത്തുമ്പോൾ വയറ്റിലുള്ള ചായം പുരട്ടിയ മിഠായി പുറത്തുകളയാൻവേണ്ടി ഡോക്ടർ നിനക്കു വയറിളക്കാൻ മരുന്നു തരും. അതുകഴിഞ്ഞാൽ രണ്ടുദിവസത്തേക്ക് കഞ്ഞി മാത്രമേ കഴിക്കാവൂ എന്ന് ഡോക്ടർ പറയും. അതൊക്കെ മോനു പ്രയാസമാകില്ലേ? ഇന്നലെ ഈ മിഠായി നുണഞ്ഞ മൂന്ന് കുട്ടികളെ ആശുപത്രിയിൽ കൊണ്ടുപോയെന്ന് അമ്പലപ്പറമ്പിലെ ചായക്കടയിലിരുന്ന് ഒരാൾ പറഞ്ഞത് മോനും കേട്ടതല്ലേ? അതി നാൽ നമുക്കതൊന്നും വേണ്ടാ മോനേ. അച്ഛന്റെ മുഖഭാവത്തിൽ നിന്നും കാര്യം ഗൗരവമുള്ളതാണെന്ന് മനസ്സിലാക്കുന്ന കുട്ടി ശാന്ത നാകുന്നു. അതിനുവേണ്ടി ശ്രമിച്ച അച്ഛന്റെ അപ്പോഴുള്ള ഭാവ മാണ് പക്വഭാവം അഥവാ Adult ego.

എന്നാൽ പലരുടേയും ആശയവിനിമയങ്ങൾക്കിടയിൽ ചില പ്പോഴെല്ലാം ഭാവങ്ങൾ മാറിമറിയാറുണ്ട്. അനവസരത്തിൽ കയറിവരുന്ന ഭാവങ്ങൾ എങ്ങനെയാണ് ദോഷം ചെയ്യുന്നതെന്നു പറയാം. പലപല കാരണങ്ങൾ സമാധാനമായി പറഞ്ഞ് മിഠായി വാങ്ങുന്നതിൽനിന്നും കുട്ടിയെ പിന്തിരിപ്പിക്കാൻ ശ്രമിച്ചുകൊണ്ടി രിക്കുന്ന അച്ഛന്റെ പക്വഭാവത്തിനു (adult ego) മുന്നിൽ വഴങ്ങാതെ, അതേ മിഠായിതന്നെ വേണമെന്നു കുട്ടി ശാഠ്യം പിടിക്കുകയാണെ ങ്കിലോ സഹികെട്ട അച്ഛന്റെ ഭാവം മാറുന്നു. 'ങാഹാ കാര്യം പറ ഞ്ഞാൽ നിനക്ക് മനസ്സിലാവില്ല അല്ലേ? നിനക്കു ഞാൻ മനസ്സിലാ ക്കിത്തരാം, നീ അങ്ങു വീട്ടിൽ വാ'.അതു കേൾക്കുന്ന കുട്ടി ഭയന്നിട്ട് ശാഠ്യം നിറുത്തുന്നു. കുഞ്ഞിനെ ഉപദേശിച്ചുകൊണ്ടിരു ന്നപ്പോൾ Adult ego യിൽ ആയിരുന്ന അച്ഛൻ കുട്ടിയുടെ ശാഠ്യം സഹിക്കാതെവന്നപ്പോൾ പെട്ടെന്ന് Critical parent ego യിലേക്ക് മാറി. അപ്പോൾ അച്ഛനെ ഭയന്ന് കുട്ടി ശാഠ്യം നിറുത്തി. ഇവിടെ അച്ഛന്റെ ദൗത്യം വിജയമാണോ പരാജയമാണോ? ആർക്കു പറയാം.

തികച്ചും വിജയമാണെന്ന് ഇന്ദിര പറയുമ്പോൾ ശിശുവിഹാ റിൽ ജോലിചെയ്യുന്ന സുലോചന അതിനെ എതിർത്തുകൊണ്ട് എഴുന്നേറ്റു.

'കുട്ടി ശാഠ്യംനിറുത്തിയത് അച്ഛന്റെ താൽക്കാലിക വിജയം മാത്രമാണ്' നീയങ്ങു വീട്ടിൽ വാ നിനക്ക് ഞാൻ മനസ്സിലാക്കി ത്തരാം' എന്ന് അച്ഛൻ ഭീഷണിപ്പെടുത്തുമ്പോൾ കുട്ടിയുടെ

വിചാരമെന്താണ്. വീട്ടിലെത്തിയാൽ അച്ഛനിൽനിന്നും തനിക്ക് ശാസനയും അടിയും കിട്ടുമെന്നല്ലേ. അത് കുട്ടിയിൽ ഭയവും വിഷമവും ഉണ്ടാക്കില്ലേ. അതിന്റെ ഫലമായി അച്ഛനെ കുഞ്ഞു വെറുക്കുവാനും ഭയക്കുവാനും ഇടയാകും. ഈ വെറുപ്പും ഭയവും കുഞ്ഞിന്റെ തലയിലെ ശിശുഭാവത്തിനുവേണ്ടിയുള്ള ഇടത്തിൽ രേഖപ്പെടുത്തും. അതോടൊപ്പംതന്നെ അച്ഛൻ പറഞ്ഞ ഭീഷണിയുടെ വാക്കുകൾ കുട്ടിയുടെ തലച്ചോറിൽ Critical parent ego യ്ക്കു വേണ്ടിയുള്ള ഇടത്തിലും രേഖപ്പെടുത്തും. അങ്ങനെ Critical parent ego യിൽ രേഖപ്പെടുത്തിയ ഭീഷണിയുടെ വാക്കുകൾ ഭാവിയിൽ ഈ കുട്ടി വളരുമ്പോൾ തന്റെ സന്തതികളിലേക്ക് പകർന്നുകൊടുക്കാൻ സാധ്യതയുണ്ട്. അന്ന് അച്ഛനും മകനുമായുള്ള ആശയവിനിമയത്തിനെ പരാജയത്തിൽ കൊണ്ടെത്തിക്കാൻ അതിടയാക്കും. അതിനാൽ ഞാൻ പറയുന്നു, കുട്ടിയുടെ ശാഠ്യം അവസാനിപ്പിക്കാനുള്ള അച്ഛന്റെ ദൗത്യം ദീർഘകാലാടിസ്ഥാനത്തിൽ പരാജയമാണ്. ചുരുക്കിപ്പറഞ്ഞാൽ, ഒരു കാര്യം മറ്റുള്ളവർക്കു മനസ്സിലാകാൻവേണ്ടി ഒരാൾ ശാന്തമായും സൗമ്യമായും വിശദീകരിക്കാൻ ശ്രമിക്കുമ്പോൾ അയാൾ Adult ego യിൽ ആയിരിക്കും. അതിനിടയിൽ parent ego യും Child ego യും കടന്നുവരാതെ ശ്രദ്ധിക്കണം.

ആശയവിനിമയത്തിനും അതുവഴി ജീവിതവിജയത്തിനും ഏറെ ഗുണം ചെയ്യുന്നതാണ് പക്വഭാവം. അനുഭവങ്ങളിൽനിന്നും നിരീക്ഷണ വിശകലനങ്ങളിൽനിന്നും യുക്തിപൂർവ്വം സ്വരൂപിച്ചെടുക്കേണ്ടതാണ് ഈ പക്വഭാവം. അതിൽ മറ്റു രണ്ടു ഭാവങ്ങളായ ശിശുഭാവവും പിതൃഭാവവും കലരാതിരുന്നാൽ നമ്മൾ രക്ഷപ്പെട്ടു. ആന വിരണ്ടപ്പോൾ ഞാനും അനിയനും അച്ഛനുംകൂടി ഓടിയ ഒരു കഥ മുൻപൊരു ക്ലാസിൽ പറഞ്ഞത് നിങ്ങൾ ഓർക്കുന്നുണ്ടല്ലോ. ആന പിന്നാലെ ഉണ്ടെങ്കിൽ ചങ്ങലക്കിലുക്കം കേൾക്കില്ലേ എന്ന് ചിന്തിച്ച് ഓട്ടത്തിനിടയിൽ തിരിഞ്ഞു നോക്കാനും ആന ഇല്ലെന്ന് ഉറപ്പു വരുത്തി ഓട്ടം നിർത്താനും ഇടയാക്കിയത് പക്വഭാവം ഉണർന്നു പ്രവർത്തിച്ചതിനാലാണ്.

കുട്ടികളെ സംബന്ധിച്ച് ഗൗരവതരമായ കാര്യങ്ങളിൽ തീരുമാനം എടുക്കേണ്ടിവരുമ്പോൾ അവിടെ പിതൃഭാവമാണ് പ്രകടിപ്പിക്കേണ്ടത്. എന്നാൽ മാതാപിതാക്കളും മക്കളുമായി ഉല്ലാസയാത്രയ്ക്ക്

പോകുമ്പോൾ പിതൃഭാവമുണ്ടായാൽ സന്തോഷം ഉണ്ടാവില്ല. അവിടെ ആവശ്യം ശിശുഭാവമാണ്. പക്ഷേ, എപ്പോഴും ശിശുഭാവത്തിലുള്ള ഒരാളിന് ഗൗരവതരമായ കാര്യങ്ങളിൽ തീരുമാനം എടുക്കാൻ കഴിയില്ലെന്ന കാര്യംകൂടി ഓർക്കുക. കുട്ടികളുടെ സംശയങ്ങൾക്ക് മുന്നിൽ കാര്യങ്ങൾ വിശകലനംചെയ്ത് വിശദീകരിക്കുമ്പോൾ അവിടെ ഉണ്ടാകേണ്ടത് പക്വഭാവമാണ്.

ഇങ്ങനെ വേണ്ടസ്ഥലത്ത് വേണ്ടതുപോലെ അതാതു ഭാവങ്ങൾ പ്രകടിപ്പിച്ചെങ്കിൽമാത്രമേ ജീവിതവിജയം കൈവരിക്കാനാകൂ.

ഭാവപ്രകടനങ്ങൾ കൂടിപ്പോയാൽ കുഴപ്പമുണ്ടോ? അതു മറ്റൊരാളിന്റെ സംശയമായിരുന്നു.

ഭാവപ്രകടനങ്ങൾ കൂടിപ്പോയാൽ കുഴപ്പം തന്നെയാണ്. അമ്മമാർ മക്കളോട് കാണിക്കുന്ന ലാളിക്കുന്നഭാവം Nurturing parent ego മക്കൾ ഏറെ മുതിർന്നുകഴിഞ്ഞാലും തുടരുന്നത് ശരിയാണോ?. നാല്പതു വയസ്സുള്ള മകനെ അടുത്തിരുത്തി തിന്നുമോനേ തിന്നു മോനേ എന്നുപറഞ്ഞുകൊണ്ട് ചോറൂട്ടാൻ അമ്മ ശ്രമിച്ചാൽ അത് അരോചകമാണ്.

അയലത്തുകാരെല്ലാം ഉറങ്ങുന്ന സമയത്ത് അത്യുച്ചത്തിൽ പാട്ട് കേൾപ്പിച്ച് തുള്ളിച്ചാടുന്നവർക്ക് അത് സന്തോഷം നൽകുമെങ്കിലും അയൽക്കാർക്ക് ഉപദ്രവമല്ലേ?

സാഹചര്യവും സമയവും നോക്കാതെ Free child ego കാണിച്ചാൽ അങ്ങനെ കാണിക്കുന്നവന്റെ പുറത്ത് ചിലപ്പോൾ നാട്ടുകാർ കൈവെച്ചെന്നിരിക്കും. ബന്ധങ്ങൾ വഷളാക്കാൻ അതുപോരേ?

സാഹചര്യങ്ങൾക്കനുസൃതമല്ലാത്തവിധം ഭാവങ്ങളിലുണ്ടാകുന്ന ചാഞ്ചാട്ടം മാറ്റിയെടുക്കാവുന്നതാണ് അതിനുവേണ്ടത് നമുക്ക് നമ്മേപ്പറ്റിയുള്ളൊരു ബോധമാണ്. അതായത് നമ്മുടെ കഴിവും കഴിവുകേടുകളേപ്പറ്റിയുമുള്ള അറിവ്. അവനവനേപ്പറ്റിയുള്ള ബോധമാണ് ഏറ്റവും വലിയ അറിവ്.

ൟ

സംഭാഷണങ്ങൾക്കുമേലെ ഒരു കടിഞ്ഞാൺ

സംഭാഷണങ്ങൾ മൂന്നു വിധത്തിലുണ്ട്.

1) വിരുദ്ധസംഭാഷണം(എതിർത്തു പറയൽ) crossed transaction

2) സമാന്തരസംഭാഷണം (ഒത്തുപറയൽ) parallel transaction

3) അർത്ഥം ഒളിച്ചുവച്ചുള്ള സംഭാഷണം (transaction with hidden meaning)

എല്ലാ മനുഷ്യരിലും വികൃതിയായ കുട്ടി, അനുസരണയുള്ള കുട്ടി, ശകാര ഭാവമുള്ള രക്ഷാകർത്താവ്, ശുശ്രൂഷഭാവമുള്ള രക്ഷാകർത്താവ്, യുക്തിസഹമായി ചിന്തിച്ചുപ്രവർത്തിക്കുന്ന മുതിർന്ന വ്യക്തി എന്നിങ്ങനെ അഞ്ചുപേരുടെ ഭാവങ്ങൾ ഉണ്ടായിരിക്കും.

സാഹചര്യം അനുസരിച്ച് ഇവയോരോന്നും പ്രയോഗിക്കാൻ കഴിയുമ്പോഴാണ് നമ്മൾ മറ്റുള്ളവർക്ക് സ്വീകാര്യനാകുന്നത്. എല്ലാവരും എപ്പോഴും ആഗ്രഹിക്കുന്നത് മറ്റുള്ളവരിൽനിന്നുള്ള അനുമോദനവും അംഗീകാരവുമാണ്. അതേപോലെ ആരും ഇഷ്ടപ്പെടാത്ത കാര്യം കുറ്റപ്പെടുത്തലും ഉപദേശവുമാണ്.

ആശയവിനിമയം എന്ന സംഭവത്തിൽ വ്യക്തികളല്ല അവരുടെ ഭാവങ്ങളാണ് പരസ്പരം സംവദിക്കുന്നത്. വൈവിദ്ധ്യമാർന്ന ഭാവങ്ങൾ ഏറ്റുമുട്ടുമ്പോൾ അവ തമ്മിൽ പൊരുത്തപ്പെടാതെ വരും. അങ്ങനെ വന്നാൽ അവിടെ വെറുപ്പും വിദ്വേഷവും ദുഃഖവുമെല്ലാം അരങ്ങേറി സംഭവം കൂടുതൽ സങ്കീർണ്ണമാകും.

ഒരാളിനുമാത്രം നടക്കാൻപറ്റുന്നത്ര വീതിയുള്ള പാടവരമ്പിലൂടെ നല്ലവരായ രണ്ടുപേർ നേർക്കുനേർ നടന്നു വരുകയാണെങ്കിൽ അവർ രണ്ടുപേരും വരമ്പിൽ നിന്നും ഇറങ്ങി പരസ്പരം വഴി

മാറിക്കൊടുക്കാൻ സന്നദ്ധരാകും. നല്ലവനും നല്ലവനും മൂന്നു വഴിക്കെന്നു പഴമക്കാർ പറയുന്നത് ഇതിനെയാണ്.

രണ്ടുപേരിൽ ഒരാൾ നല്ലവനും മറ്റേയാൾ കെട്ടവനും ആണെങ്കിൽ, വഴി ഒഴിയാൻ കെട്ടവൻ ആവശ്യപ്പെടുന്നതിന് മുൻപുതന്നെ നല്ലവൻ വഴി ഒഴിഞ്ഞു കൊടുക്കും. അങ്ങനെ സംഭവിക്കുമ്പോൾ നല്ലവനും കെട്ടവനും രണ്ടു വഴിക്കെന്നു പറയാം.

രണ്ടുപേരും കെട്ടവരാണെങ്കിൽ ആരാണ് വഴി ഒഴിഞ്ഞു കൊടുക്കുക എന്നതിൽ തർക്കമാകും. നിനക്കെന്താ വഴി ഒഴിഞ്ഞു തന്നാൽ എന്ന് പരസ്പരം ചോദ്യമാകും. രണ്ടുപേരും വഴി മാറില്ല. അപ്പോൾ കെട്ടവനും കെട്ടവനും ഒരു വഴിയ്ക്കെന്നു പറയാം. ഈ അവസ്ഥയിൽ എത്തുമ്പോഴാണ് അവർ തമ്മിലുള്ള ആശയവിനിമയം അതിരുകടക്കുന്നത്. ഇതിനെ crossed transaction എന്നാണ് പറയുക.

ഒരു സ്ത്രീയുടെ കാറിൽ ബൈക്ക് മുട്ടി കാറിന്റെ പെയിന്റ് പോയതിനെ തുടർന്ന് ബൈക്കുകാരനും കാറുടമയും തമ്മിൽ ചീത്ത വിളിച്ച കാര്യം മുമ്പൊരു ക്ലാസ്സിൽ പറഞ്ഞിരുന്നത് നിങ്ങൾ ഓർക്കുന്നുണ്ടാവും. ഇങ്ങനെയുള്ള ഇടപാടുകളാണ് ക്രോസ്ഡ് ട്രാൻസാക്ഷൻ.

അമ്മയും യൗവ്വനത്തിലേക്കു കടക്കുന്ന മകളും മാത്രമുള്ള ഒരു വീട്. മറ്റുള്ളവരുടെകൂടെ കറങ്ങിനടക്കാൻ മകളെ അനുവദിക്കാത്ത അമ്മയുടെ മുന്നിൽ ഒരു ദിവസം മകളെത്തി. 'അമ്മേ അപ്പുറത്തെ വീട്ടിലെ ചേച്ചിക്ക് ആഭരണം എടുക്കാൻ അവരെല്ലാവരും ടൗണിൽ പോകുന്നു ഞാനും കൂടി പൊക്കോട്ടേ?'

സ്വർണാഭരണങ്ങൾ കാണാനുള്ള പെണ്ണിന്റെ കൊതി തിരിച്ചറിയാത്ത അമ്മ വാളെടുത്തു.

'വേണ്ടാ'

ഒട്ടും മയമില്ലാതെ മകളും മുരണ്ടു.

'അതെന്താ'?

അമ്മ വീറ്റോ പ്രയോഗിച്ചു 'പോകണ്ടാന്നല്ലേ പറഞ്ഞത്' അപ്പോൾ അവിടെ എന്തായിരിക്കും സംഭവിക്കുക?

'മകൾ മണിച്ചിത്രത്താഴിലെ നാഗവല്ലി ആയി മാറും.'

സുലോചന അതു പറയുമ്പോൾ അതിനുള്ളിലെ ധ്വനി മനസ്സി

ലാക്കിയവർ ഒന്നാകെ ചിരികൊണ്ടുലഞ്ഞു. ചിരി ഒന്നടങ്ങിയപ്പോൾ ക്രോസ്ഡ് ട്രാൻസാക്ഷന്റെ ദൂഷ്യവശങ്ങൾ ടീച്ചർ പറഞ്ഞു തുടങ്ങി. ഒരാൾ സംഭാഷണം ശകാരഭാവത്തിൽ (critical ego) തുടങ്ങിയാൽ സാധാരണഗതിയിൽ മറ്റേയാളും അതേ ഭാവത്തിലെത്തും. ഇതു തുടർന്നുകൊണ്ടേയിരിക്കും. പിന്നീടുള്ള ദിവസങ്ങളിലും ഇതിന്റെ തുടർച്ച ഉണ്ടായേക്കാം. ഒടുവിൽ രണ്ടുകൂട്ടർക്കും ഹിതകരമല്ലാത്ത വിഷമങ്ങളെ അതു ക്ഷണിച്ചുവരുത്തി ഉള്ള സന്തോഷവും മനസ്സമാധാനവും നശിപ്പിക്കും.

ഞായറാഴ്ച മാത്രം അവധി കിട്ടുന്ന ഭർത്താവ് ഒരു ഞായറാഴ്ച വൈകിട്ട് കാപ്പികുടി കഴിഞ്ഞ് പുറത്തേക്കിറങ്ങാൻ തയ്യാറാകുമ്പോൾ ഭാര്യയുടെ ചോദ്യം.

'ആരെ കാണാനാ ഉടുത്തൊരുങ്ങിയൊരു പോക്ക്'

ഉടൻ വന്നു ഭർത്താവിന്റെ മറുപടി.

'അറിഞ്ഞിട്ടെന്തു വേണം'

ഭാര്യയ്ക്ക് വിഷമമായി ആ വിഷമത്തിന് കാരണം ആരാണ്?

'കാരണം ഭർത്താവല്ലേ ടീച്ചർ?' സുലോചനക്കു സംശയം.

അല്ല, ഭർത്താവല്ല സുലോചനേ, ടീച്ചർ തുടർന്നു, ഭർത്താവിനെ അതു പറയാൻ പ്രേരിപ്പിച്ചത് 'ഉടുത്തൊരുങ്ങിയൊരു പോക്ക്' എന്ന ഭാര്യയുടെ പ്രയോഗമാണ്. അതുപറയുമ്പോൾ ഭാര്യ ശകാരഭാവത്തിലായിരുന്നു. ഇങ്ങനെയാണ് ക്രോസ്ഡ് ട്രാൻസാക്ഷന്റെ തുടക്കം.

crossed transaction എങ്ങനെ മാറ്റിയെടുക്കാം? എന്താണൊരു പോംവഴി?

ഒരിക്കലും കൂട്ടിമുട്ടാതെ തുല്യ അകലം പാലിച്ചുപോകുന്ന റെയിൽപാളങ്ങളെ പോലെ സംഭാഷണങ്ങളെ കൊണ്ടുപോകണം. ഭർത്താവ് വേഷം മാറുമ്പോൾ ഭാര്യയ്ക്കറിയാം അദ്ദേഹം പുറത്തേക്കു പോകാനുള്ള ഒരുക്കത്തിലാണെന്ന്. പക്ഷേ, അതു നേരിട്ടു ചോദിക്കാതെ വേറെ ഏതെങ്കിലും ഒരു കാര്യം ഭർത്താവിനെ ഓർമ്മപ്പെടുത്തിക്കൊണ്ടു തുടങ്ങാം.

'അതേ,നമ്മുടെ മോന്റെ ടീച്ചറിന്റെ വാസ്തുബലി ഇന്നാണ്'.

ങ, ഓർമ്മയുണ്ടടോ, കൂടെ ജോലി ചെയ്യുന്ന ആളുടെ മോൻ

ആശുപത്രിയിലാണ്. ഞാൻ അവിടംവരെ ഒന്നു പോയി കണ്ടിട്ട് വേഗം വരാം .

എങ്കിൽ എനിക്കൊരുകവർ ചുവന്ന പൊട്ടുകൂടി വാങ്ങിക്കൊണ്ടു വരാമോ?

കിട്ടുമെങ്കിൽ വാങ്ങിക്കൊണ്ടു വരാം.

ഭർത്താവ് പോയി തിരിച്ചുവരുമ്പോൾ ഭാര്യയ്ക്കു വേണ്ടി എന്തെങ്കിലും പലഹാരങ്ങൾ കൂടി കൊണ്ടുവരുന്നു എന്നു സങ്കൽപ്പിക്കുക.

ആവശ്യപ്പെട്ട പൊട്ടും ആവശ്യപ്പെടാതെ എത്തിയ പലഹാരവും കാണുമ്പോൾ ഭാര്യയ്ക്കെത്ര സന്തോഷമായിരിക്കും.

ഇങ്ങനെയാണ് crossed transaction ഉണ്ടാകാൻ സാധ്യതയുള്ള സന്ദർഭങ്ങളെ parallel transaction (സമാന്തര സംഭാഷണങ്ങൾ) ആക്കി മാറ്റുന്നത്. സാഹചര്യത്തിനും സന്ദർഭത്തിനും അനുയോജ്യമായ മാറ്റം നമ്മുടെ ഭാവങ്ങളിൽ വരുത്തിയാൽ മാത്രം മതി, മനുഷ്യബന്ധങ്ങൾക്ക് ഉറപ്പു കൂടാൻ.

ഒരു വസ്ത്രവ്യാപാര സ്ഥാപനത്തിലേക്ക് കയറിവന്ന ഒരാൾ കയ്യിലുണ്ടായിരുന്ന പൊതി ദേഷ്യത്തിൽ കടയുടമയുടെ മുന്നിലേക്ക് വലിച്ചെറിഞ്ഞിട്ട് പറയുകയാണ് 'എന്തുപണിയാണെടോ താൻ കാണിച്ചത്, മനുഷ്യനെ പറ്റിക്കാൻ ഇരിക്കുവാണോ, ഈ സാരി ഒന്നു നോക്കിക്കേ എത്രയെത്ര സ്ഥലങ്ങളിലാണ് ഇതിന്റെ നൂല് കെട്ടുപിണഞ്ഞുകിടക്കുന്നത്'. അയാൾ നല്ല ചൂടിൽ ശകാരഭാവത്തിലാണ്.

'സാധനം വാങ്ങിയപ്പോൾ എന്തുകൊണ്ടു താൻ നോക്കിയെടുത്തില്ല' എന്നു കടയുടമയും ശകാരഭാവത്തിൽ സംസാരിക്കുമ്പോൾ സാരി വാങ്ങിയ ആൾ അടങ്ങിയിരിക്കുമോ. crossed transaction അവിടെ ആരംഭിക്കുകയായി. പിന്നീടെന്തായിരിക്കും സംഭവിക്കുക? സംസാരം മുറുകും കടയുടെ മുന്നിൽ ആളുകൾ കൂടും. ഇരുഭാഗങ്ങളേയും പിന്താങ്ങുന്നവർ തമ്മിലാകും പിന്നീടുള്ള സംസാരം. ഒടുവിൽ സാരി മാറിക്കൊടുത്താലും ഇല്ലെങ്കിലും നാട്ടുകാരുടെ ഇടയിൽ കടയുടെ വിശ്വാസ്യത നഷ്ടപ്പെടും.

'ഈ സാരി പേരുകേട്ട കമ്പനിയുടെ പ്രോഡക്റ്റാണ്. അങ്ങനെ ഒരു ഡാമേജ് വരാൻ സാദ്ധ്യതയില്ല. നൂല് കെട്ടുപിണഞ്ഞതൊന്നു

മല്ല, അതവരുടെ ഡിസൈനാണ്'. ഇങ്ങനെ പക്വഭാവത്തിലാണു കടയുടമ പറയുന്നതെങ്കിൽ സംഭവം parallel transaction (സമാന്തര സംഭാഷണങ്ങൾ) ലേക്ക് കൊണ്ടുവരാൻ കഴിയുമോ?

ഒരിക്കലും കഴിയില്ല. ചാടിത്തുള്ളി ബഹളംവച്ചു വരുന്ന ഒരുവനോട് ശകാരഭാവത്തിലോ പക്വഭാവത്തിലോ സംസാരിച്ചിട്ടു കാര്യമില്ല. ഇവിടെ nurturing parent ego തന്നെ പ്രയോഗിക്കണം. എങ്ങനെയാണ് പ്രയോഗിക്കുന്നതെന്നു നോക്കാം.

സാരിയും ബില്ലും വാങ്ങിനോക്കിയിട്ട് സൗമ്യമായി സ്നേഹ ഭാവത്തിൽ എന്തെങ്കിലും പറയാം. 'നിങ്ങളിതു വാങ്ങിക്കൊണ്ടു പോയിട്ട് ഒരാഴ്ചയായി. സാധാരണഗതിയിൽ മൂന്നു ദിവസത്തിനു ള്ളിൽ കൊണ്ടുവരുന്നതുമാത്രമേ ഞങ്ങൾ മാറ്റിക്കൊടുക്കാറുള്ളു. എങ്കിലും നിങ്ങൾ ഏറെ ദൂരത്തുനിന്നും വന്ന ഒരാളെന്നനിലയിൽ പരിഗണിക്കുകയാണ്. എന്തുണ്ടെങ്കിലും പരിഹരിക്കാം. ഡാമേജ് ഉണ്ടെങ്കിൽ തീർച്ചയായും മാറ്റിത്തരാം'. എന്നിങ്ങനെയാണു പറ യുന്നതെങ്കിൽ എന്തായിരിക്കും സംഭവിക്കുക. മലപോലെ വന്നത് എലിപോലെ പോയെന്നു പറഞ്ഞതുപോലെയാകും കാര്യങ്ങൾ. ഇരുചെവി അറിയാതെ, നാട്ടുകാരുടെ ഇടയിൽ സ്ഥാപനത്തിനു പേരുദോഷം ഉണ്ടാക്കാതെ സംഗതി ശുഭം. ഇത് nurturing parent ego യുടെ വിജയമാണ്.

സമാന്തര സംഭാഷണങ്ങളിലും വിരുദ്ധ സംഭാഷണങ്ങളിലും ഒരുദ്ദേശവും ഭാവവും മാത്രമേ ഉണ്ടായിരിക്കൂ. എന്നാൽ ഒളിച്ചു വച്ചുള്ള സംഭാഷണങ്ങളിൽ രണ്ടു വ്യക്തിഭാവങ്ങളും രണ്ടുദ്ദേശ ങ്ങളും ഉണ്ടായിരിക്കും.

അവിവാഹിതനായ ഒരു ചെറുപ്പക്കാരൻ തന്റെ അയൽക്കാ രിയും അവിവാഹിതയുമായ പെൺകുട്ടിയെ അവളുടെ കുഞ്ഞനു ജത്തിയോടൊപ്പം ഉത്സവപ്പറമ്പിൽ കണ്ടുമുട്ടുന്നു. അയാൾ രണ്ട് ഐസ്ക്രീമുമായി അവർക്കുമുന്നിലേക്കെത്തി. 'അനിയത്തി ക്കുഞ്ഞു കഴിക്കുമ്പോൾ ചേച്ചിയെ നോക്കിയിരുത്തുന്നതെങ്ങി നെയാണെന്ന് വിചാരിച്ചു രണ്ടെണ്ണം വാങ്ങി അത്രേയുള്ളു'. അതു പറഞ്ഞയാൾ ഐസ്ക്രീം കപ്പുകൾ അവർക്കു മുന്നിലേക്ക് നീട്ടി. 'അയ്യോ വേണ്ടായിരുന്നു ഞങ്ങൾ ഇപ്പോൾ ഒരെണ്ണം കഴിച്ചതേ യുള്ളൂ'.

അതു കള്ളമാണെന്നറിയാവുന്ന അയാൾ 'ഏതായാലും വാങ്ങി പ്പോയില്ലേ ഇത് അങ്ങോട്ട് വാങ്ങിയാട്ടെ, ഇപ്പോൾത്തന്നെ ഇതലി ഞ്ഞു തുടങ്ങി'.

അലിഞ്ഞു തുടങ്ങിയത് ഐസ്ക്രീം അല്ലെന്നും മനസ്സുകൾ ആണെന്നും പരസ്പരം ഇഷ്ടപ്പെടുന്ന അവർക്ക് രണ്ടു പേർക്കും അറിയാമായിരുന്നെങ്കിലും പൊതുസ്ഥലത്തുവെച്ചുള്ള സ്നേഹ പ്രകടനം സമൂഹം അംഗീകരിക്കില്ലെന്ന വിശ്വാസത്തിലാണ് ഞങ്ങൾ ഇപ്പോൾ ഒരെണ്ണം കഴിച്ചതേയുള്ളൂ എന്നൊരു കള്ളം പറ ഞ്ഞത്. പുറമേ നോക്കിയാൽ കുഞ്ഞിന് ഐസ്ക്രീം വാങ്ങി കൊടുത്തപ്പോൾ ചേച്ചിക്കും ഒരെണ്ണം വാങ്ങി കൊടുത്തുവെന്നേ തോന്നൂ. എന്നാൽ അയാളുടെ ഉള്ളിൽ നടക്കുന്നത് ചേച്ചിയോ ടുള്ള സ്നേഹത്തിന്റെ പ്രകടനമാണ്.

കമിതാക്കൾക്കിടയിലെ ഒളിച്ചുവച്ചുള്ള ഈ സംഭാഷണ ങ്ങൾക്ക് സൗഹൃദഭാവമാണുള്ളത്. എന്നാൽ ഒളിച്ചുവച്ചുള്ള സംഭാഷണങ്ങളെല്ലാം സൗഹൃദപൂർവ്വം ആകണമെന്നില്ല.

സപ്താഹം നടക്കുന്ന ക്ഷേത്രത്തിൽ ഒരു ദിവസം ഉച്ചയ്ക്ക് അന്നദാനം നടക്കുന്നു. ആളുകൾ ആഹാരം വാങ്ങാനായി പാത്ര ങ്ങളുമായി വരിവരിയായി നിൽക്കുന്നു. വിളമ്പുകാരന്റെ മുന്നിലെ ത്തിയ ഒരു സ്ത്രീയുടെ കയ്യിൽ ഉണ്ടായിരുന്നത് സാമാന്യത്തി ലധികം വലിപ്പമുള്ള പാത്രമായിരുന്നു. അതുകണ്ട വിളമ്പുകാരൻ 'ഇതിനേക്കാൾ വലിയ പാത്രമൊന്നും വീട്ടിൽ ഇല്ലായിരുന്നോ'? ചോദ്യം കേട്ട സ്ത്രീ 'നിങ്ങളുടെ വീട്ടിലെപ്പോലെ അഞ്ചാറു ദിവസ മായി എന്റെ വീട്ടിലും പട്ടിണിയായിരുന്നു, എന്താ സന്തോഷ മായോ'?

തനിക്ക് ഇഷ്ടമല്ലാത്ത അയൽക്കാരിയെ മറ്റുള്ളവരുടെ മുന്നിൽ വെച്ച് കളിയാക്കുകയായിരുന്നു വിളമ്പുകാരൻ. അതു കേട്ട സ്ത്രീ യാകട്ടെ വിളമ്പുകാരന്റെ വീട്ടിൽ പട്ടിണി ആയതിനാലാണ് ക്ഷേത്ര ത്തിൽ വിളമ്പാൻ എത്തിയതെന്ന് ഭംഗ്യന്തരേണ ധ്വനിപ്പിക്കുക യായിരുന്നു മറുപടിയിലൂടെ. ഇങ്ങനെയുള്ള ഒളിച്ചുവച്ച സംഭാഷ ണങ്ങളാണ് ഒടുവിൽ കൂടുതൽ കൂടുതൽ വെറുപ്പിനും വിദ്വേഷ ത്തിനും ഇടയാക്കുന്നത്.

നമ്മുടെ ഭാവങ്ങളെ നമുക്ക് നിയന്ത്രിക്കാൻ കഴിയുമെങ്കിൽ പ്രകോപനമുണ്ടാകാൻ ഇടയുള്ള സാഹചര്യങ്ങളെ അതിജീവി

ക്കാനാകും. നമ്മൾ ഏതൊരാളിനോടു സംസാരിക്കുമ്പോഴും അവരുടെ ഭാവങ്ങളെ വിലയിരുത്തിക്കൊണ്ട് അതിനനുയോജ്യമായ ഭാവമാറ്റം നമ്മളിൽ വരുത്താൻ കഴിയുമെങ്കിൽ ഏതൊരു സംഭാഷണവും crossed transaction നിലേക്ക് വഴുതിപ്പോകാതെ parallel transaction നിൽ കൊണ്ടെത്തിക്കാനാകും, അതിനുള്ള ക്ഷമ വേണമെന്നുമാത്രം. എങ്കിൽമാത്രമേ അവരെ നമുക്കനുകൂലമാക്കിക്കൊണ്ടുവരാൻ കഴിയൂ.

ഒരു സംശയമുണ്ടെന്നുപറഞ്ഞുകൊണ്ട് സോമവല്ലി എഴുന്നേറ്റു.

'മറ്റുള്ളവരുടെ സ്വഭാവങ്ങളെ വിലയിരുത്തിയിട്ട് അതിനുയോജിച്ച ഭാവമാറ്റം നമ്മളിൽ വരുത്തിയാൽ സംഭാഷണം crossed transaction-നിലേക്ക് വഴുതിപ്പോകാതിരിക്കുമെന്ന് ടീച്ചർ പറയുന്നു. ഇത് എതിരാളിയുടെ തന്ത്രമറിഞ്ഞു മറുതന്ത്രം മെനയുന്നതുപോ ലുള്ള ഒരു കളിയല്ലേ'?

തന്ത്രമെന്നു പറയുന്നതിനപ്പുറം അതിനെ ഒരു കളിയെന്നു പറയാൻ കഴിയില്ല. കാരണം, ഇവിടെ ലക്ഷ്യത്തെ മറച്ചുവയ്ക്കുന്നില്ല.

ലക്ഷ്യത്തെ മറച്ചുവച്ചുകൊണ്ട് മറ്റെന്തിനോവേണ്ടി നടത്തുന്ന ആശയവിനിമയങ്ങൾക്കാണ് 'കളികൾ' എന്നുപറയുന്നത്. അതിനെപ്പറ്റി അടുത്ത ക്ലാസ്സിൽ പറയുന്നതായിരിക്കും.

ജീവിതക്കളരിയിലെ ഒളിച്ചുകളികൾ

ജീവിതനാടകത്തിന്റെ പരിശീലനം നടക്കുന്നത് കുടുംബത്തിലാണ്.

സ്വഭാവരൂപീകരണത്തിന്റെ എഴുത്തുപള്ളിയാണ് കുടുംബം. അവിടെനിന്നും കുട്ടികൾ കാര്യസാധ്യത്തിനായി പലവിധമായ കളികളും പഠിക്കുന്നു. തനിക്കു പറ്റിയ തെറ്റുകളും അബദ്ധങ്ങളും മറച്ചുവെച്ചിട്ട് അതിന്റെ ഉത്തരവാദിത്വം മറ്റുള്ളവരുടെമേൽ ആരോപിക്കുന്നത് ചിലരുടെ ഒരു ശീലമാണ്.

കിണ്ടിതട്ടിന്യായത്തെപ്പറ്റി മുമ്പൊരു ക്ലാസ്സിൽ പറഞ്ഞത് ഓർക്കുന്നുണ്ടാകുമല്ലോ. അമ്മാവൻ അശ്രദ്ധയോടെ കൊണ്ടുവച്ച കിണ്ടിയിൽതട്ടി അനന്തരവൻ വീണപ്പോൾ, 'നോക്കിയും കണ്ടും നടക്കണ്ടേടാ കൊച്ചുകഴിവേറീ' എന്നാണ് അമ്മാവൻ ചോദിച്ചത്. താൻ അശ്രദ്ധമായി കിണ്ടി വഴിയിൽ വച്ചതുകൊണ്ടാണ് അനന്തരവൻ അതിൽതട്ടി വീണതെന്ന സത്യം മറച്ചുവച്ചുകൊണ്ട്, അപകടത്തിന്റെ ഉത്തരവാദിത്വം അനന്തരവനിലേക്ക് ആരോപിക്കുകയാണ് അമ്മാവൻ ചെയ്തത്. നീയാണിതിനു കാരണമെന്നു പറഞ്ഞു മറ്റുള്ളവരെ കുറ്റപ്പെടുത്തുന്നത് ഒരുതരം കളിയാണ്.

ഒരിക്കൽ ഒരു കാക്ക എവിടെനിന്നോ തട്ടിയെടുത്ത നെയ്യപ്പവുമായി മരക്കൊമ്പിൽ ഇരിക്കുകയായിരുന്നു. അതുവഴിവന്ന കുറുക്കന് ഈ കാഴ്ച കണ്ടപ്പോൾ നെയ്യപ്പം തിന്നാൻ കൊതിയായി. പിന്നീടുള്ള ചിന്ത എങ്ങനെ നെയ്യപ്പം തട്ടിയെടുക്കാമെന്നായി. നീ സുന്ദരിയാണെന്നും നല്ല നർത്തകിയാണെന്നുംമറ്റും കുറുക്കൻ കാക്കയോട് പറയുന്നത് കേട്ടപ്പോൾ കാക്കയ്ക്ക് തന്റെ സൗന്ദര്യത്തിലും നൃത്തംചെയ്യാനുള്ള കഴിവിലും മതിപ്പു തോന്നി. ചവിട്ടി

പ്പിടിച്ചിരുന്ന നെയ്യപ്പം ചുണ്ടിലേക്ക് മാറ്റി കാക്ക നൃത്തം ചെയ്യാൻ തുടങ്ങി. നൃത്തം ചെയ്യുമ്പോൾ ചവിട്ടിപ്പിടിച്ചിരുന്ന നെയ്യപ്പം താഴേക്ക് വീഴുമെന്നാണ് കുറുക്കൻ പ്രതീക്ഷിച്ചിരുന്നത്. പക്ഷേ പ്രതീക്ഷ തെറ്റി. അതോടെ കുറുക്കൻ അടവൊന്നു മാറ്റി. 'ആഹാ! എത്ര നല്ല നൃത്തം, ഒരു പാട്ടുകൂടി ഉണ്ടായാൽ ഗംഭീരമാകും'. കുറുക്കൻ അതുപറഞ്ഞപ്പോൾ ഏറിയസന്തോഷത്താൽ കാക്ക എല്ലാം മറന്നു പാട്ടു പാടാനായി ചുണ്ടു പിളർത്തി. ചുണ്ടിൽനിന്നും നെയ്യപ്പം താഴേക്കു വീണപ്പോഴാണ് കാക്കയ്ക്ക് അബദ്ധം മനസ്സിലായത്. താഴെ കാത്തുനിന്ന കുറുക്കൻ നെയ്യപ്പവുമായി സ്ഥലംവിട്ടു. ഈ കഥയിൽ കുറുക്കനാണ് കൗശലക്കാരൻ. നെയ്യപ്പം നഷ്ടപ്പെട്ട കാക്കയ്ക്ക് താനൊരു മണ്ടനാണെന്നും കുറുക്കനെ വിശ്വസിക്കാൻ കൊള്ളില്ലെന്നും ചിന്തിക്കുന്നിടത്താണ് ഈ കളിയുടെ അന്ത്യം. ഈ കുറുക്കനെപ്പോലെ ഉള്ളിൽ സ്വന്തതാല്പര്യവും പുറമേ മറ്റുള്ളവരെ പുകഴ്ത്തലുമായി നടക്കുന്നവർ ആത്മാർത്ഥതയില്ലാത്ത വക്ര ബുദ്ധി കളായിരിക്കും. Plastic stroke നെപ്പറ്റി മുൻപൊരു ക്ലാസ്സിൽ പറഞ്ഞപ്പോൾ എരപ്പക്കുട്ടനെന്നും ഐശ്വര്യക്കുട്ടനെന്നും വിളിപ്പേരുള്ള ഒരു കുട്ടനെപ്പറ്റി പറഞ്ഞിരുന്നത് നിങ്ങൾ ഓർക്കുന്നുണ്ടാകും. അയാളും ഈ തരക്കാരനാണ്.

ഒരിക്കൽ ഞാനും കൂട്ടുകാരിയുമായി റെയിൽവേസ്റ്റേഷനിൽ എത്തിയതായിരുന്നു. ട്രെയിൻ കിടക്കുന്ന പ്ലാറ്റ്ഫോം ഏതെന്ന് അന്വേഷിച്ചറിഞ്ഞുവന്നപ്പോഴേയ്ക്കും ട്രെയിൻ പുറപ്പെടാനുള്ള സമയമായെന്ന് അറിയിപ്പ് കേട്ടു.

ട്രെയിൻ ലക്ഷ്യമാക്കി ഞങ്ങൾ ധൃതിയിൽ പ്ലാറ്റ്ഫോമിലൂടെ നടന്നു, പിന്നീട് അത് ഓട്ടമായി മാറി.

മുന്നിൽ ഓടിയിരുന്ന ഞാൻ തിരിഞ്ഞു നോക്കുമ്പോൾ കൂട്ടുകാരി ദൂരെ കിടക്കുന്ന ട്രെയിനിനെ നോക്കിക്കൊണ്ട് ഓടിവരികയാണ്. പ്ലാറ്റ്ഫോമിന്റെ തറ പലയിടങ്ങളിലും പൊളിഞ്ഞു നിരപ്പില്ലാതിരുന്നതിനാൽ 'തറയിൽ നോക്കി ഓടണേ'യെന്നു ഞാൻ കൂട്ടുകാരിയോട് വിളിച്ചുപറഞ്ഞു. തൊട്ടടുത്ത നിമിഷത്തിൽ വലിയൊരു ശബ്ദം കേട്ടു ഞാൻ തിരിഞ്ഞു നോക്കുമ്പോൾ സാമാന്യം നല്ല തടിയുള്ള കൂട്ടുകാരി പ്ലാറ്റ്ഫോമിൽ കമിഴ്ന്നടിച്ചു കിടക്കുന്നു. കയ്യിലുണ്ടായിരുന്ന സാധനങ്ങളെല്ലാം പ്ലാറ്റ്ഫോമിൽ പല വഴിക്കായി ചിതറി. പിന്തിരിഞ്ഞുവന്ന ഞാൻ അവളെ എഴുന്നേൽക്കാൻ

സഹായിച്ചിട്ട് ചിതറിയ സാധനങ്ങളെല്ലാം പെറുക്കിയെടുത്തു. അപ്പോഴേക്കും ട്രെയിൻ സാവധാനം നീങ്ങിത്തുടങ്ങിയിരുന്നു. ട്രെയിൻ കിട്ടാത്ത വിഷമം ഉള്ളിൽ ഒതുക്കിയിട്ട്, തറയിൽ ഉരഞ്ഞു തൊലിപോയ അവളുടെ കാൽമുട്ട് നോക്കി ഞാൻ പറഞ്ഞു 'സാരമില്ലമോളേ എന്റെ കയ്യിൽ ബാൻഡെയ്ഡ് ഉണ്ട്. തൽക്കാലം അത് മുറിവിൽ ഒട്ടിച്ചുവയ്ക്കാം. നമുക്ക് അടുത്ത വണ്ടിക്കു പോകാം' ഇതെല്ലാം കേട്ടിട്ടും അവളുടെ മുഖത്തുണ്ടായിരുന്ന വിഷമം മാറിയി ല്ലെന്നുമാത്രമല്ല നീരസത്തോടുകൂടി എന്റെനേരേ ഒരു ചോദ്യവു മെറിഞ്ഞു. മുന്നേ ഓടിയ നീ എന്തിനാണ് താഴെനോക്കി ഓടാൻ എന്നോടു പറഞ്ഞത്, അതുകൊണ്ടല്ലേ ഞാൻ വീണത്.

നീയാണിതിനു കാരണക്കാരി. ഇങ്ങനെ മറ്റുള്ളവരെ പഴിച്ചു കൊണ്ട് തന്റെ തെറ്റ് മായ്ക്കുന്ന കളി സമൂഹത്തിൽ സർവ്വസാധാര ണമാണ്. കൂട്ടായി പ്രവർത്തിക്കുന്ന ഘട്ടത്തിൽ നേട്ടം ഉണ്ടാകു മ്പോൾ അതെല്ലാം തന്റെ പേരിലാക്കാനും കോട്ടം ഉണ്ടാകുന്ന തെല്ലാം കൂടെ നിൽക്കുന്നവരുടെ തലയിൽ കെട്ടിവെക്കാനും ശ്രമി ക്കുന്നത് ചിലരുടെ സ്വഭാവമാണ്. നല്ല സൗഹൃദക്കൂട്ടായ്മകൾ ഉണ്ടാക്കാൻ കഴിവില്ലാതെ സമൂഹത്തിൽനിന്നും ഒളിച്ചോടുന്ന വരിലാണ് ഈ പ്രവണത കാണുന്നത്.

മറ്റു ചിലരുണ്ട് നിങ്ങളാരും എന്നെ ഉപദേശിക്കാൻ മാത്രം വളർ ന്നിട്ടില്ല എന്ന് ചിന്താഗതിക്കാരാണവർ. അങ്ങനെയുള്ളവർ ഏതെങ്കിലും പ്രശ്നപരിഹാരത്തിനായി ഒരു ചർച്ചയിൽ പങ്കെടുക്കു ന്നുവെന്നിരിക്കട്ടെ, മറ്റുള്ളവർ പറയുന്ന എല്ലാ അഭിപ്രായങ്ങളെയും എതിർത്തു സംസാരിക്കുക എന്നതായിരിക്കും അവരുടെ രീതി. മറ്റുള്ളവരെ അംഗീകരിക്കാനുള്ള മനോവിഷമമാണ് അതിനു പിന്നിലെ വികാരം. അതുമാത്രമല്ല എന്തിനും ഏതിനും അവർക്ക് ഒരു ഒഴിഞ്ഞുമാറൽ ഉപായം കാണും. 'ഒക്കെ ശരിയാണ് പക്ഷേ' എന്നു പറഞ്ഞുകൊണ്ടായിരിക്കും ഇങ്ങനെയുള്ളവരുടെ അവസാനവാദം തുടങ്ങുന്നത്. മറ്റുള്ളവരെല്ലാം എല്ലാകാര്യങ്ങളിലും എനിക്കുതാഴെ യാണെന്നു കാണുന്നവരാണിവർ.

ആരുവിചാരിച്ചാലും എന്റെ വിഷമങ്ങൾക്ക് പരിഹാരം കാണാൻ കഴിയില്ല, ഇതെന്റെ വിധിയാണെന്ന രീതിയിൽ സംസാരിക്കുന്ന വേറൊരു വിഭാഗമുണ്ട്. 'നിങ്ങൾ പറയുന്നതൊക്കെ ശരിയാണ് പക്ഷേ' എന്നു പറഞ്ഞുകൊണ്ടായിരിക്കും ഇവരും തങ്ങളുടെ

അഭിപ്രായം പറഞ്ഞവസാനിപ്പിക്കുന്നത്.മറ്റുള്ളവരെല്ലാം കഴിവില്ലാത്തവരാണെന്ന വിചാരമാണ് ഇവരുടെയുള്ളിൽ.

കൃത്യസമയത്ത് പാഠങ്ങൾ പഠിപ്പിച്ചുതീർക്കാത്തതിന്റെ പേരിൽ സ്കൂൾപ്രിൻസിപ്പാളിന്റെ പക്കൽനിന്നും 'എന്തിനിങ്ങനെ നടക്കുന്നു, അധ്യാപകനാണുപോലും, പോയി ചത്തുകൂടേ' എന്ന ശകാരം കേൾക്കേണ്ടിവന്ന അധ്യാപകൻ ഏറെ വിഷമത്തോടെ,അതിലേറെ പ്രിൻസിപ്പാളിനോടുള്ള വൈരാഗ്യവുമായാണ് വീട്ടിലെത്തിയത്. ശകാരങ്ങൾ മുഴങ്ങുന്ന തലയുംതാങ്ങി ആലോചനയിൽ മുഴുകിയിരിക്കുമ്പോഴാണ് ഭാര്യ അയാളുടെ മുന്നിൽ ചായ വച്ചിട്ട് പോകുന്നത്. അയാൾ ഇതൊന്നും ശ്രദ്ധിക്കുന്നില്ല. കുറേസമയം കഴിഞ്ഞാണ് അയാൾ ചായ കാണുന്നത്. അപ്പോഴേക്കും അതു തണുത്തിരുന്നു. ചായ ചുണ്ടോടടുപ്പിച്ചപ്പോൾ കേൾക്കുന്നത് അയാളുടെ ശകാരങ്ങളാണ്. 'എന്തോന്നാടീ ഇത് കഷായമാണോ, ചായയാണുപോലും, വായിൽ വെക്കാൻ കൊള്ളാത്ത സാധനമുണ്ടാക്കുന്ന നിന്നെയൊക്കെ എന്തിനുകൊള്ളാം ഫൂ'. അയാളുടെ കുറ്റങ്ങൾ മറച്ചുവയ്ക്കലാണ് ഇങ്ങനെ ശകാരിക്കുന്നതിന്റെ ലക്ഷ്യം. ചായ തണുത്തുപോയതിനു കാരണം തനാണെന്നതു മറച്ചുവച്ചുകൊണ്ട് ഭാര്യയുടെ മേൽ പഴിചാരുകയാണ്.

പഠിപ്പിക്കുന്നതിൽ തനിക്കുള്ള കഴിവില്ലായ്മയെ അയാൾ മറക്കാൻ ശ്രമിക്കുന്നത് ഭാര്യയെ ആവശ്യമില്ലാതെ പഴിപറഞ്ഞുകൊണ്ടാണ്. ഇങ്ങനെയുള്ളവർക്ക് 'നിന്നെയൊക്കെ എന്തിനുകൊള്ളാം' എന്ന മനോഭാവമാണുള്ളത്.

അച്ഛനും അമ്മയും മകനും മകളുമായി നാലുപേരുള്ള ഒരു കുടുംബത്തിൽ മകളുടെ വിവാഹം കഴിഞ്ഞെങ്കിലും സ്ത്രീധനമായി കൊടുക്കാമെന്ന് ഏറ്റിരുന്ന വലിയൊരു തുക വർഷങ്ങൾ പലതു കഴിഞ്ഞിട്ടും കൊടുക്കാൻ കഴിഞ്ഞിട്ടില്ല. കുടുംബത്തിനു വരുമാനമായി ആകെയുള്ളത്, മുപ്പത്തിയഞ്ചു വയസ്സായിട്ടും അവിവാഹിതനായി നിൽക്കുന്ന മകന്റെ ശമ്പളം മാത്രം. മകനുവേണ്ടി ഒട്ടേറെ വിവാഹാലോചനകൾ വരുന്നുണ്ടെങ്കിലും അച്ഛൻ അതിലെല്ലാം ഓരോരോ കുറ്റങ്ങൾ കണ്ടെത്തി വേണ്ടെന്നുവയ്ക്കുകയാണ് പതിവ്. എന്നിട്ട് മകനോട് പറയും 'നിന്റെ നല്ല ഭാവിയെ കരുതിയാണ് അച്ഛനിതു പറയുന്നത്'. മകൻ വിവാഹിതനായി ഭാര്യയുടെ സ്വാധീനത്തിൽ പെട്ട് കുടുംബത്തിൽനിന്നും അകന്നു താമസിച്ചാൽ വരുമാനം

കുറയും, അപ്പോൾ മകൾക്കു കൊടുക്കാനുള്ള സ്ത്രീധനം കൊടുക്കാൻ കഴിയാതെവരും എന്നുള്ള ചിന്തയിൽനിന്നാണ് നിന്റെ നല്ല ഭാവിയെ കരുതിയാണെന്ന സിദ്ധാന്തം കൂടെക്കൂടെ അച്ഛൻ പുറത്തെടുക്കുന്നത്.

ഇങ്ങനെ മറ്റുള്ളവരെ കുറ്റം പറഞ്ഞു കബളിപ്പിച്ചു നേട്ടമുണ്ടാക്കുന്നതും ഒരുതരം കളിയാണ്.

തങ്ങളുടെ കുറ്റങ്ങളും കുറവുകളും മറ്റുള്ളവരിൽ ആരോപിച്ചു നേട്ടമുണ്ടാക്കാനുള്ള വളഞ്ഞ വഴികൾ തേടലാണ് എല്ലാ കളികളുടേയും ലക്ഷ്യം.

കോപം, ഭയം, ലജ്ജ, കുറ്റബോധം തുടങ്ങിയ അനഭിലഷണീയ വികാരങ്ങൾ നമുക്കുണ്ടെന്നൊരു തോന്നലുണ്ടെങ്കിൽ ആ ബോധം എപ്പോഴും നമ്മെ അലോസരപ്പെടുത്തിക്കൊണ്ടിരിക്കും. അതിനെ മറയ്ക്കാനും മറികടക്കാനുമുള്ള ഒരു ഉപായമാണ് ഇങ്ങനെയുള്ള കളികൾ. ഇതുതന്നെയാണ് കളികളുടെ നേട്ടം. ഈ കളികൾ തുടർന്നാലുണ്ടാകുന്ന കോട്ടം, സൗഹൃദങ്ങൾ നഷ്ടപ്പെട്ടു മറ്റുള്ളവരിൽ നിന്നുള്ള അകൽച്ചയായിരിക്കും.

ഇങ്ങനെയുള്ള കളികൾ ഒരുതരം രോഗമല്ലേ ടീച്ചർ? സുലോചനക്കൊരു സംശയം.

രോഗമാണെന്നു പറയാൻ കഴിയില്ല. ബാല്യകാലത്തെ ചീത്ത അനുഭവങ്ങളിൽനിന്നും ആർജ്ജിച്ച മനോവൈകല്യമാണെന്നു പറയാം. എന്നാൽ രോഗം ഇല്ലെങ്കിലും രോഗമുണ്ടെന്ന തോന്നലുമായി നടക്കുന്ന ചിലരുണ്ട്.

അതിന് മരുന്നല്ല വേണ്ടത്. ശാരീരിക പരിശോധനയ്ക്കപ്പുറം അവരുടെ ജീവിതസാഹചര്യം, പാരമ്പര്യം, ജീവിതാനുഭവങ്ങൾ, ചിന്തകൾ, ആഗ്രഹങ്ങൾ എന്നിങ്ങനെയുള്ള കാര്യങ്ങളെല്ലാം സമഗ്രമായി കണ്ടു വിശകലനം ചെയ്തു വേണ്ട നിർദ്ദേശങ്ങൾ കൊടുക്കുകയാണ് വേണ്ടത്. അതിനാണ് ഗസ്റ്റാൾട്ട് തെറാപ്പി ഉപയോഗിക്കുന്നത്.

മുമ്പൊരു ക്ലാസ്സിൽ മുറിവുണക്കലിനെപ്പറ്റി പറഞ്ഞപ്പോൾ ഗസ്റ്റാൾട്ട് തെറാപ്പി ഉപയോഗിക്കാമെന്ന് പറഞ്ഞിരുന്നു.

എന്താണ് ഗസ്റ്റാൾട്ട് തെറാപ്പി എന്ന് അടുത്ത ക്ലാസ്സിൽ പറയുന്നതായിരിക്കും.

ഗസ്റ്റാൾട് തെറാപ്പി

കഴിഞ്ഞുപോയ കാലത്തുണ്ടായ നഷ്ടങ്ങളോർത്ത് ദുഃഖിച്ചിരുന്നും ഭാവിയെപ്പറ്റിയോർത്ത് ആശങ്കപ്പെട്ടും കളയാനുള്ളതല്ല ജീവിതം എന്നൊരു ബോധം ഒരാൾക്കുണ്ടാകണമെങ്കിൽ അയാൾ വികാര വിചാരങ്ങളിലും പ്രവൃത്തിയിലുമെല്ലാം പക്വതയുള്ള ആളായിരിക്കണം. ജീവിതത്തിന്റെ ക്ഷണികതയേയും നശ്വരതയേയുംപറ്റി ഓർമ്മയുള്ളവർ 'ഇവിടെ ഇപ്പോൾ' (here and now) എന്ന അവസ്ഥയിൽ ജീവിക്കുവാൻ ആഗ്രഹിക്കുന്നവരായിരിക്കും. അവർക്കു പ്രധാനം വാർത്തമാനകാല ജീവിതവും അതുയർത്തുന്ന വെല്ലുവിളികളുമായിരിക്കും.

നമുക്ക് ജീവിതത്തിൽ ധാരാളം ആവശ്യങ്ങളും ആഗ്രഹങ്ങളുമുണ്ട്. ആഹാരം, വസ്ത്രം, ആരോഗ്യം, വീട്, സാമൂഹ്യ സുരക്ഷിതത്വം എന്നിവയെല്ലാംതന്നെ നമ്മുടെ ജീവിതത്തിലെ ഓരോരോ ആവശ്യങ്ങളാണ്. ആഗ്രഹിച്ചാൽപ്പോലും ചിലതെല്ലാം നടക്കാതെ വരും. ആവശ്യങ്ങൾ നടക്കാതെ വരുമ്പോൾ നമുക്ക് സങ്കടം, നിരാശ, തുടങ്ങിയ വികാരങ്ങൾ ഉണ്ടാവുന്നത് സ്വാഭാവികമാണ്. ഇത് പലപ്പോഴും പരിസരത്തിനും സന്ദർഭത്തിനും യോജിച്ചതായിരിക്കില്ല. അപ്പോഴാണ് ഉത്കണ്ഠ, ദേഷ്യം ആക്രമണഭാവം തുടങ്ങിയ മാനസിക പ്രശ്നങ്ങൾ ഉണ്ടാവുകുന്നതും അതേതുടർന്ന് ശാരീരിക വൈഷമ്യങ്ങളാൽ ബുദ്ധിമുട്ടനുഭവപ്പെടുന്നതും.

അങ്ങനെ ഉണ്ടാകാതിരിക്കണമെങ്കിൽ ഓരോരുത്തർക്കും തന്നേപ്പറ്റിയും മറ്റുള്ളവരേപ്പറ്റിയും അറിവുണ്ടായിരിക്കണം. അതോടൊപ്പം തന്റെ ചുറ്റുപാടുകളകുറിച്ചും സാഹചര്യങ്ങളെക്കുറിച്ചും നല്ല ബോധവുമുണ്ടായിരിക്കണം. ഒരു വ്യക്തിയുടെ ജീവിതത്തിൽ ഇന്ദ്രിയ

സംവേദനങ്ങളിലൂടെ വികാരങ്ങളും വിചാരങ്ങളും ധാരണകളും അറിവുകളും ഉണ്ടാകുമ്പോൾത്തന്നെ അവ പരിസരാവസ്ഥയോടും കടപ്പെട്ടതായിരിക്കും. അങ്ങനെയുണ്ടാകുന്ന അറിവുകളെ വിലയിരുത്തുമ്പോഴോ അല്ലെങ്കിൽ ഏതെങ്കിലും ഒരു സംഭവത്തെപ്പറ്റി പറയുമ്പോഴോ അറിയുമ്പോഴോ പ്രകടിപ്പിക്കുന്ന ഭാവം സാഹചര്യത്തിനും പരിസരത്തിനും അനുസരിച്ചുള്ളതായിരിക്കണം. അങ്ങനെ അല്ലാതെവരുമ്പോഴാണ് പ്രശ്നങ്ങൾ ഉണ്ടാകുന്നത്.

മകന് ഐ.എ.എസ്. കിട്ടിയെന്ന് അറിഞ്ഞപ്പോൾ ഒരാൾക്കുണ്ടായ സന്തോഷഭാവംതന്നെ അച്ഛൻ മരിച്ചെന്നറിയുമ്പോഴും അയാൾക്കുണ്ടായാൽ ആ ഭാവപ്രകടനത്തിന് എന്തോ കുഴപ്പമുണ്ടെന്നല്ലേ അർത്ഥം.

അപ്പോഴാണ് ജീവിതത്തിന്റെ താളം തെറ്റിയതായും ഒഴുക്കിന് തടസ്സമുണ്ടായതായും മനസ്സിലാകുന്നത്. ഇങ്ങനെ സന്ദർഭത്തിന് യോജിച്ചതല്ലാത്ത ഭാവങ്ങൾ ഉണ്ടാകാൻ കാരണം ചെറുപ്പകാലത്ത് മാതാപിതാക്കളിൽനിന്നും മറ്റുമുതിർന്നവരിൽനിന്നും ലഭിച്ചിട്ടുള്ള പലവിധമായ അനുഭവങ്ങളാണ്. അവയിൽ ഒന്നാണ്, മാതാപിതാക്കൾ തങ്ങളുടെ ആഗ്രഹപൂർത്തീകരണത്തിനായി കുട്ടികളിൽ അമിതമായ നിയന്ത്രണങ്ങളും ശിക്ഷകളും നടപ്പിലാക്കൽ. അതുവഴി അവർക്ക് തങ്ങളുടെ കഴിവുകളേയും സാധ്യതകളെയും പറ്റിയുള്ള അറിവുകളാണ് ലഭിക്കാതെ പോകുന്നത്. എന്നെ ഒന്നിനും അനുവദിക്കാത്ത ഈ അച്ഛനുമമ്മയും ശരിയല്ല (You are not ok) എന്നൊരു ധാരണ കുട്ടിയിൽ ജനിക്കുന്നു. മറ്റൊരു കാര്യം, ചെറുപ്പത്തിലേ കുട്ടികളുടെ തലയിൽ മുതിർന്നവർ കയറ്റിവയ്ക്കുന്ന ചില തെറ്റായ വിശ്വാസങ്ങളാണ്. 'പെണ്ണായാൽ അടക്കവും ഒതുക്കവും വേണം, അന്യവീട്ടിൽ പോയി താമസിക്കേണ്ടവളാണ് 'എന്നിങ്ങനെയുള്ളൊരു വിശ്വാസം ഒരു പെൺകുട്ടിയിൽ കുത്തിവച്ചാൽ എന്താണ് സംഭവിക്കുക? ഞാൻ ഒതുങ്ങേണ്ടവളും സഹിക്കേണ്ടവളുമാണെന്നൊരു വിശ്വാസം (I am not ok) കുട്ടിയിൽ ഉറയ്ക്കും. അപ്പോഴും ആ കുട്ടിക്ക് തന്റെ സാധ്യതകളേപ്പറ്റിയുള്ള അറിവു ലഭിക്കാതെ പോകുന്നു. ഇതൊക്കെത്തന്നെയാണ് വേണ്ട സമയത്ത് വേണ്ട പോലെ പ്രതികരിക്കാനുള്ള ധൈര്യം കുട്ടികൾക്കില്ലാതെപോകാനും സ്വഭാവവൈകൃതങ്ങൾക്ക് അടിമപ്പെടാനുമുള്ള കാരണങ്ങൾ.

മനുഷ്യരുടെ സ്വഭാവരീതികൾക്കുമേൽ അവരുടെ വർത്തമാന

കാല ജീവിതസാഹചര്യങ്ങളുടേയും പരിസരങ്ങളുടേയും നിർണാ യക സ്വാധീനംകൂടി ഉള്ളതിനാൽ, അവർ ജീവിക്കേണ്ടത് ഭൂതകാല ത്തിലോ ഭാവികാലത്തിലോ അല്ല, വർത്തമാനകാലത്തിൽതന്നെ ആയിരിക്കണം. ഈ ധാരണയിൽ സ്വയാവബോധം, വർത്തമാന നിമിഷം എന്നിവയിൽ ശ്രദ്ധ കേന്ദ്രീകരിച്ച് മനുഷ്യന്റെ മനസ്സ്, ആത്മാവ്, ശരീരം, വിചാരം, ചിന്തകൾ, പ്രവർത്തികൾ, ചുറ്റുപാടു കൾ, ജീവിത സാഹചര്യങ്ങൾ എന്നിവയെല്ലാം സമഗ്രമായി പരിഗ ണിച്ച് വിശകലനം ചെയ്തു നടപ്പാക്കുന്ന ഒരു ചികിത്സാരീതിയാണ് gestalt therapy. Gestalt എന്നതൊരു ജർമൻവാക്കാണ്. ഒന്നായി, മൊത്തമായി, സമഗ്രമായി എന്നെല്ലാമാണ് അതിനർത്ഥം.

Gestalt Therapy യുടെ ലക്ഷ്യങ്ങൾ

പുറത്തു പറയാതെ മനസ്സിൽ കൊണ്ടുനടക്കുന്ന ആഗ്രഹങ്ങൾ പലർക്കുമുണ്ട്. അത് ഉറക്കെപ്പറയാനും അതിനുവേണ്ടി പ്രവർത്തി ക്കാനും അവരെ സഹായിക്കുക.

നിഷേധാത്മക(ആശാസ്യമല്ലാത്ത) സ്വഭാവദൂഷ്യങ്ങൾ ഉള്ളവരെ അതു ബോദ്ധ്യപ്പെടുത്തി, അതിനെ ഉച്ചാടനം ചെയ്ത് ആശാവഹമായ സ്വഭാവവിശേഷവും ആത്മവിശ്വാസവുമുള്ളവ രാക്കി മാറ്റുക.

എനിക്ക് ഒരുത്തരവാദിത്വവും ഏറ്റെടുക്കാൻ കഴിയുന്നില്ലെന്നു വിശ്വസിച്ച് നടക്കുന്നവരുണ്ട്. അങ്ങനെയുള്ളവരെക്കൊണ്ട് എനിക്കതിന് കഴിയുമെന്ന് ആവർത്തിച്ചു പറയിപ്പിച്ച് ആത്മവി ശ്വാസമുള്ളവരാക്കുക.

എനിക്ക് എന്നേപ്പോലും ഇഷ്ടമല്ലെന്ന് പറഞ്ഞുനടക്കുന്നവരെ സ്വയം സ്നേഹിക്കാൻ പഠിപ്പിക്കുക.

ഭൂതകാലനഷ്ടങ്ങളെ ഓർത്ത് ദുഃഖിച്ചിരിക്കാനോ ഭാവിയിൽ ഉണ്ടായേക്കാൻ ഇടയുള്ള കഷ്ടങ്ങളെ ഓർത്ത് ആശങ്കപ്പെടാനോ ഉള്ളതല്ല ജീവിതമെന്നു ബോധ്യപ്പെടുത്തുക.

ഓരോരുത്തരിലും ഉള്ള കഴിവുകളേയും അതുമൂലമുള്ള സാധ്യത കളേയും കണ്ടെത്തി അവരെ ബോധ്യപ്പെടുത്തുക.

ഓരോരുത്തരിലും ഉള്ള വിചാര വികാരങ്ങളും ചിന്തകളും അതുവഴിയുണ്ടാകുന്ന ധാരണകളും എന്താണെന്ന് അവർക്ക് മനസ്സിലാക്കിക്കൊടുക്കുക.

അങ്ങനെ വരുമ്പോൾ അവർക്ക് അവരെപ്പറ്റി പുതിയ അറിവ് ലഭിക്കുന്നു. അതുവഴി അവരുടെ ജീവിതാവസ്ഥയയെപ്പറ്റി ബോധമുണ്ടാകുന്നു. ഈ ബോധം ഉപയോഗിച്ച് അവർ തങ്ങളുടെ ചുറ്റുപാടുകളും സാഹചര്യങ്ങളുമായി ചേർന്ന് അവയ്ക്കനുയോജ്യമായി പ്രവർത്തിക്കാൻ ശീലിക്കുന്നു. അതുവഴി അവർ പുതിയ സ്വഭാവത്തിലേക്കു മാറുന്നു. വർത്തമാനകാലനിമിഷങ്ങളിൽ ജീവിക്കുവാൻ വേണ്ടിയുള്ളതാണ് തങ്ങളുടെ സ്വപ്നങ്ങളെന്ന തിരിച്ചറിവുണ്ടാക്കുന്നത് ഈ സ്വഭാവമാറ്റമാണ്.

എങ്ങനെയുള്ളവർക്കാണ് ടീച്ചർ ഈ ചികിൽസ പ്രയോജനപ്പെടുക?

1) മറ്റുള്ളവർക്ക് അസൗകര്യം ഉണ്ടാകുന്ന വിധത്തിൽ ചിന്തിക്കുകയും പെരുമാറുകയും പ്രവർത്തിക്കുകയും ചെയ്യുന്ന ക്രമരഹിതമായ മാനസികാവസ്ഥ ഉള്ളവർ

2) ദൈനംദിന സംഭവങ്ങളിൽ പ്രതികൂലമായി എന്തെങ്കിലും സംഭവിക്കുമോ എന്ന ഭയത്തിൽനിന്നുണ്ടാകുന്ന ഉത്കണ്ഠയും അസ്വസ്ഥതയും പേറി നടക്കുന്നവർ.

3) വികാര പ്രകടനങ്ങൾക്ക് ഒരു തുടർച്ചയില്ലാതെ, ഈ നിമിഷത്തിൽ സന്തോഷാവസ്ഥയിലാണെങ്കിൽ തൊട്ടടുത്ത നിമിഷം യാതൊരു കാരണവുമില്ലാതെ വിഷാദാവസ്ഥയിലേക്കു മാറുന്ന സ്വഭാവമുള്ളവർ

4) ഒന്നിലും ശ്രദ്ധ കേന്ദ്രീകരിക്കാൻ കഴിയാതെ, ഒരുകാര്യം ഓർത്തെടുക്കാൻ കഴിയാതെ, ദൈനംദിന കാര്യങ്ങൾ ചെയ്യാൻ കഴിയാതെ, അമിതമായി ക്ഷീണവും, വിശപ്പില്ലായ്മയും അനുഭവപ്പെടുന്ന അവസ്ഥയിൽ കഴിയുന്നവർ.

5) അസുഖകരമായ അനുഭവങ്ങളിൽ നിന്നുണ്ടാകുന്ന മനോവിഷമം ശരീരത്തിന്റെ പ്രവർത്തനങ്ങളിൽ പ്രതിഫലിക്കുന്ന അവസ്ഥയിൽ രോഗം ഒന്നുമില്ലെങ്കിലും രോഗമുണ്ടെന്ന് തോന്നുകയും മാറി മാറി ഓരോരോ ഡോക്ടർമാരെ കാണുകയും തൃപ്തിവരാതെ വീണ്ടും വീണ്ടും തുടരുകയും ചെയ്യുന്നവർ.

ഇങ്ങനെയുള്ളവർക്കെല്ലാം Gestalt Therapy പ്രയോജനപ്പെടും.

ഇല്ലാത്ത രോഗം ഉണ്ടെന്നു പറഞ്ഞുനടന്ന ഒരു സ്ത്രീയുടെ കഥ

ഒരിക്കൽ ഒരു യുവതി മറ്റൊരു ഡോക്ടറുടെ കത്തുമായി എന്നെ കാണാനെത്തി. ആ കത്തിനു പിന്നിലൊരു കഥയുണ്ട്.

ശരീരത്തിൽ അവിടവിടെ വേദനയുണ്ടെന്നു പറഞ്ഞുകൊണ്ട് ഈ സ്ത്രീ ഡോക്ടറെ കാണാൻ എത്തുന്നതോടുകൂടിയാണ് കഥയാരംഭിക്കുന്നത്. പ്രാഥമിക പരിശോധനയിൽതന്നെ കാര്യമായ അസുഖങ്ങളൊന്നും അവർക്കില്ലെന്നു ഡോക്ടർക്കു മനസ്സിലായി. തൽക്കാലം പുറമേ പുരട്ടാനുള്ള ഒരു ലേപനം വാങ്ങാനുള്ള ചീട്ട് എഴുതിക്കൊടുത്തു. വീണ്ടും പലരീതിയിലുള്ള ദേഹാസ്വാസ്ഥ്യങ്ങളും പറഞ്ഞുകൊണ്ട് കൂടെക്കൂടെ അവർ ഡോക്ടറെ സമീപിക്കാൻ തുടങ്ങി. അവരുടെ അസുഖമെല്ലാം മാനസികപിരിമുറുക്കം മൂലമുള്ള വെറും തോന്നൽ മാത്രമാണെന്ന് ഡോക്ടർക്കു മനസ്സിലായി. അതിനായുള്ള മരുന്നു കുറിച്ചു കൊടുത്തു. അടുത്ത ദിവസം അവർ ഡോക്ടർക്ക് വിലകൂടിയ ഒരു പേന സമ്മാനിച്ചിട്ട് ഭർത്താവ് ഗൾഫിൽ നിന്നും കൊടുത്തുവിട്ടതാണെന്ന് പറഞ്ഞു. ചെറുപ്പക്കാരനായ ഡോക്ടർക്ക് അതിൽ അസ്വാഭാവികത തോന്നിയതിനാൽ നന്ദി പറഞ്ഞുകൊണ്ട് സമ്മാനം തിരസ്ക്കരിച്ചു. ഒരാഴ്ച കഴിഞ്ഞപ്പോൾ ഡോക്ടർ എഴുതിക്കൊടുത്ത മരുന്നുചീട്ടുമായി അവർ വന്നു. കുറിപ്പടി ഡോക്ടറുടെ കയ്യിലേക്ക് നീട്ടിയിട്ട് ഇനിയെത്ര നാൾകൂടി ഈ മരുന്നു കഴിക്കണമെന്നു ചോദിച്ചു. ഡോക്ടർ കുറിപ്പടി കൈയിൽ വാങ്ങി നോക്കുമ്പോൾ മരുന്നു കുറിച്ചതിനുതാഴെ താൻ എഴുതാത്ത ഏതാനും വരികൾ മലയാളത്തിൽ കണ്ടു. അതു വായിച്ച ഡോക്ടർക്ക് അപകടം മണത്തു. കുറവില്ലെങ്കിൽ ഈ മരുന്ന് കഴിക്കേണ്ടാ. വിദഗ്ദ്ധ പരിശോധന വേണ്ടിവരും. അതിനായി മറ്റൊരു ഡോക്ടർക്കു കത്തു തരാം, അവരെ കണ്ടാൽമതിയെന്നു പറഞ്ഞു.

അങ്ങനെയാണ് അവർ കത്തുമായി എന്റെ മുന്നിലെത്തുന്നത്. ഇതിനിടയിൽ ഡോക്ടർ എന്നെ വിളിച്ചു കാര്യം പറഞ്ഞിരുന്നു. അതോടൊപ്പം അദ്ദേഹത്തിന്റെ മരുന്നുകുറിപ്പടിക്കു താഴെ എന്തായിരുന്നു മലയാളത്തിൽ എഴുതിയിരുന്നതെന്നും വായിച്ചുകേൾപ്പിച്ചു. അതിങ്ങനെയായിരുന്നു.

'പൂർവ്വജന്മത്തിലെ നിന്നെ ഞാൻ കാണുന്നു
നിത്യവും കൂട്ടിരിക്കാനായ് കൊതിക്കുന്നു
ഒരു വിളിപ്പാടിന്നരികത്തു നീയെ-
ന്നൊപ്പമുണ്ടാകുവാനേറെക്കൊതിക്കുന്നു
വാടിക്കൊഴിയുന്ന ഞാൻ കൊതിക്കുന്നു നിൻ
ലാളനത്താലൊന്നു പൂക്കാൻ തളിർക്കുവാൻ'

ആ വരികൾ വായിച്ചപ്പോൾ അവർക്ക് ഡോക്ടറോടുള്ള അഭിനിവേശത്തിന്റെ ആഴം മനസ്സിലായി. അവരുടെ ജീവിത പശ്ചാത്തലവും ബാല്യകൗമാര കാലവുവുല്ലാം ഞാൻ ചോദിച്ചറിഞ്ഞു. വളരെ പാവപ്പെട്ട വീട്ടിൽ ജനിച്ച അവർ അതീവസുന്ദരിയും ഭർത്തൃമതിയുമായിരുന്നു. അതിസമ്പന്നനായ ഒരാൾ അവരുടെ സൗന്ദര്യം കണ്ടു മോഹിച്ചു വിവാഹം ചെയ്യുകയായിരുന്നു. തന്റെ സൗന്ദര്യത്തിനൊപ്പം നിൽക്കുന്ന ഒരാളിനെ ഭർത്താവായി ലഭിക്കാൻ ഏറെ ആഗ്രഹിച്ചിരുന്നുവെങ്കിലും ലഭിച്ചത് വളരെ വിരൂപനായ ഒരാളിനെ ആയിരുന്നു. കുടുംബത്തിന്റെ സാമ്പത്തിക പരാധീനതകാരണം സമ്പന്നനുമായി ബന്ധം സ്ഥാപിക്കാനുള്ള വീട്ടുകാരുടെ അത്യാഗ്രഹവും വിവാഹത്തിനു സമ്മതിച്ചില്ലെങ്കിൽ ആത്മഹത്യ ചെയ്യുമെന്നുള്ള അമ്മയുടെ ഭീഷണിയും കാരണം ആ വിവാഹത്തിനു സമ്മതം മൂളേണ്ടിവന്ന സ്ത്രീയായിരുന്നു അവർ. ഒരിക്കലും അവർക്ക് തന്റെ ഭർത്താവിനെ ഇഷ്ടപ്പെടാൻ കഴിഞ്ഞിരുന്നില്ല. മാത്രമല്ല ഭർത്താവിന്റെ രൂപവും പെരുമാറ്റവും എന്തിന് ചലനംപോലും അവരിൽ മനംപിരട്ടൽ ഉണ്ടാക്കി. ഒരു വീട്ടിലാണ് താമസമെങ്കിലും ക്രമേണ ഓരോരോ രോഗാവസ്ഥ പറഞ്ഞ് അവർ ഭർത്താവിൽ നിന്ന് അകലുകയായിരുന്നു.. ആയിടയ്ക്കാണ് സുമുഖനായ ഡോക്ടറെ അവർ കാണുന്നത്. പിന്നീട് സംഭവിച്ചതെല്ലാം ഞാൻ നേരത്തേ പറഞ്ഞ കാര്യങ്ങളാണ്.

ഇവിടെ എന്താണ് സംഭവിച്ചത്? ആഗ്രഹത്തിനനുസരിച്ചുള്ള ഭർത്താവിനെ കിട്ടാതെ വന്നപ്പോൾ അവരുടെ മനസ്സിനേറ്റ ആഘാതവും നിരാശയും നഷ്ടബോധവുമെല്ലാം ക്രമേണ ശരീരത്തിന്റെ വൈഷമ്യങ്ങളായി മാറുകയായിരുന്നു. അങ്ങനെയാണ് ഇല്ലാത്ത അസുഖങ്ങൾ ഉണ്ടെന്ന് തോന്നിത്തുടങ്ങിയത്. ഈ അവസ്ഥയാണ് Somatoform disorder.

നമ്മുടെ ജീവിതവിജയത്തിനും സന്തോഷത്തിനും വേണ്ടി സാഹചര്യങ്ങളോടും ഒപ്പമുള്ളവരോടും പരിസ്ഥിതിയോടും സമരസപ്പെട്ടു ജീവിക്കേണ്ടതാവശ്യമാണെന്നും നമ്മുടെ സ്വപ്നങ്ങളെല്ലാം വർത്തമാനകാല നിമിഷങ്ങളിൽ ജീവിക്കാൻവേണ്ടി ഉള്ളതാണെന്നും അവരെ ബോധ്യപ്പെടുത്താൻ എനിക്കേറെ പണിപ്പെടേണ്ടി വന്നു.

അവനവനെപ്പറ്റിയും മറ്റുള്ളവരെപ്പറ്റിയും വാർത്തമാനകാല പരിസരത്തെപ്പറ്റിയും മനസ്സിലാക്കാൻ ശ്രമിക്കാതെ, യാഥാർഥ്യബോധം ഒട്ടുമില്ലാതെ സ്വപ്നലോകത്ത് സഞ്ചരിച്ച്, ജീവിതത്തിന്റെ എല്ലാ ആസ്വാദ്യതകളും നഷ്ടപ്പെടുത്തി നരകതുല്യമായി ജീവിതം അവസാനിപ്പിക്കുന്നവർ ഏറെയുണ്ട്.

അങ്ങനെയുള്ളവരുടെയെല്ലാം രക്ഷമാർഗമാണ് Gestalt therapy.

ശരിയായ ധാരണയും ധരിപ്പിക്കലും

ആശയവിനിമയങ്ങളിൽ അനിവാര്യമായും വേണ്ടുന്നത് വ്യക്തതയാണ്. അതുണ്ടെങ്കിൽമാത്രമേ നേരാംവണ്ണം ധരിപ്പിക്കാനും ധരിക്കുവാനും കഴിയൂ. ഇല്ലെങ്കിൽ ഇരുഭാഗത്തും പ്രവചനാതീതമായ കഷ്ടനഷ്ടങ്ങൾ ഉണ്ടായേക്കാം.

എന്റെ ചെറുപ്പകാലത്ത് അമ്മയുടെ അമ്മൂമ്മയിൽ നിന്നും കേട്ടൊരു കഥയാണിപ്പോൾ എനിക്കോർമ്മവരുന്നത്. വളരെ വർഷങ്ങൾക്കു മുമ്പ് നടന്നൊരു സംഭവമാണെന്നാണ് പറഞ്ഞു കേട്ടത്. വല്യമ്മൂമ്മയുടെ അയൽവാസിയായ ഒരു ഡോക്ടർ പരിശോധനക്കായി മലം കൊണ്ടുവരണമെന്ന് തന്റെ രോഗിയോടു പറയുകയുണ്ടായി. അടുത്ത ദിവസം രോഗി സാമാന്യം വലിയൊരു പൊതിയുമായി ഡോക്ടറുടെ പരിശോധനാമുറിക്കു മുന്നിലെത്തി. കാര്യം മനസ്സിലാക്കിയ ഡോക്ടർ തന്റെ വേലക്കാരനോട് ഒരു തൂമ്പയുമായി പറമ്പിലേക്കു വരാൻ ആവശ്യപ്പെട്ടു. ആർക്കാണിവിടെ തെറ്റുപറ്റിയത്? പരിശോധനക്കായി എത്രമാത്രം വേണമെന്നും എങ്ങനെ കൊണ്ടുവരണമെന്നും മറ്റും നിരക്ഷരനായ രോഗിയോട് വിശദമായിപറയാൻ മറന്നുപോയ ഡോക്ടറും, അതു ചോദിച്ചു മനസ്സിലാക്കാതിരുന്ന രോഗിയും തെറ്റുകാരാണ്. ഒരു ഡോക്ടർ രോഗവിവരങ്ങൾ രോഗിയോടു പറയുന്നത് വളരെ ആത്മാർത്ഥമായും സത്യസന്ധമായുമാണെങ്കിൽപ്പോലും ഡോക്ടർ ഉപയോഗിക്കുന്ന ഭാഷയിൽ ഉടനീളം വൈദ്യശാസ്ത്രപരമായ ഇംഗ്ലീഷ് വാക്കുകളാണെങ്കിൽ വൈദ്യഭാഷാജ്ഞാനമില്ലാത്ത രോഗിയുടെ കാര്യം കഷ്ടത്തിലാകും.

മന്ത്രവാദത്തിലും കൂടോത്രത്തിലും മറ്റും വിശ്വാസമുള്ള നാട്ടിൻ പുറത്തുകാരിയായ ഒരു വീട്ടമ്മ ഒരിയ്ക്കൽ തന്റെ സുഖമില്ലാത്ത കുഞ്ഞുമായി ഡോക്ടറെ കാണാനെത്തി. പരിശോധനയും ലാബ് ടെസ്റ്റുമെല്ലാം കഴിഞ്ഞപ്പോൾ കടുത്ത പനിയാണെന്നു ബോദ്ധ്യപ്പെട്ട ഡോക്ടർ കുഞ്ഞിന്റെ അമ്മയോടു പറയുകയാണ് 'പരിശോധനയിൽ ചില പ്രശ്നങ്ങൾ കാണുന്നുണ്ട്. കുട്ടിയുടെ ബ്ലഡ് ടെസ്റ്റിൽ ലൂക്കോപെനിയ (Leukopenia)കാണുന്നു. സി.ആർ.പി.(CRP) ഹൈ ലെവലാണ്. ഡോക്ടർ പിന്നെയും പലതും പറഞ്ഞെങ്കിലും അതൊന്നും അവർക്കു മനസ്സിലായില്ല. അവരുടെ മനസ്സിൽ കയറിയത് ലൂക്കോയും പീനിയായും സി.ആർ.പിയും മാത്രം. ബാംഗ്ലൂരിലെ പീനിയയിൽ ജോലിയുള്ള അയലത്തുകാരൻ ലൂക്കോസിനേയും സി.ആർ.പി.യിൽ ജോലിയുള്ള അയാളുടെ മകനേയും ഓർത്തുകൊണ്ട് അവർ ഡോക്ടറോടു പറഞ്ഞു. 'ആ ലൂക്കോയും സീയാർപ്പീക്കാരനായ അങ്ങേരുടെ മോനുംകൂടി എന്റെ കുഞ്ഞിനിട്ടെന്തോ ചെയ്തതാണെന്ന് എനിക്കപ്പൊഴേ സംശയമുണ്ടായിരുന്നു. ഞാൻ സംശയിച്ചതുതന്നെ ഡോക്ടറും പറഞ്ഞു. അല്ലെങ്കിലും അവരു പണ്ടേതന്നെ ഞങ്ങളോടു ശത്രുതയിലാ, ഡോക്ടറേ'. പിന്നീടു ഡോക്ടറുടെ മുറിയിൽ എന്തുണ്ടായി എന്നത് നിങ്ങളുടെ ചിന്തക്കു വിട്ടു തന്നിരിക്കുന്നു. ഇവിടെ സംഭവിച്ചതുപോലുള്ള ആശയക്കുഴപ്പമല്ല, ആശയ വ്യക്തതയാണ് ഓരോ ആശയ വിനിമയത്തിലും ഉണ്ടാകേണ്ടത്.

ആരോഗ്യകരമായ ജീവിതം കെട്ടിപ്പടുക്കുന്നതിന്റെ ആണിക്കല്ലാണ് ആശയവിനിമയം അഥവാ ട്രാൻസാക്ക്ഷൻ. അനുഭവങ്ങളിലൂടെ ലഭിക്കുന്ന സ്ട്രോക്കുകളും തുടർന്നുണ്ടാകുന്ന റീയാക്ക്ഷനുകളുംകൂടി ചേർന്നതാണ് ആശയവിനിമയം. വ്യക്തിബന്ധങ്ങളുടെ ശിഥിലതയ്ക്കുള്ള പ്രധാന കാരണം പരസ്പരം മനസ്സിലാക്കുവാൻ ശ്രമിക്കാത്തതും സാധിക്കാത്തതുമാണ്. വ്യക്തികൾ തമ്മിലായാലും രാജ്യങ്ങൾ തമ്മിലായാലും ഉണ്ടാകുന്ന പ്രശ്നങ്ങളിൽ ഭൂരിഭാഗവും വ്യക്തമായ ധാരണ ഇല്ലായ്മകൊണ്ടോ വേണ്ട വിധത്തിൽ ധരിപ്പിക്കാത്തതുകൊണ്ടോ സംഭവിക്കുന്നതാണ്. മറ്റുള്ളവർക്ക് നമ്മേ നേരാംവണ്ണം മനസ്സിലാക്കിക്കൊടുക്കുക, അതേസമയം അവരുടെ കാഴ്ചപ്പാടിനെ ശരിയായ രീതിയിൽ നമ്മളും മനസ്സിലാക്കുക, എങ്കിൽ മാത്രമേ ശരിയായ ബന്ധങ്ങൾ

പുലർത്താൻ കഴിയൂ. നല്ല ബന്ധങ്ങൾ നമ്മളെ സന്തോഷവും ആരോഗ്യവും ഉള്ളവരാക്കിമാറ്റാൻ സഹായിക്കും.

ഭാര്യാഭർത്താക്കൻമാർ തമ്മിലോ, അച്ഛനമ്മമാരും മക്കളും തമ്മിലോ, അധ്യാപകരും കുട്ടികളും തമ്മിലോ, സുഹൃത്തുക്കൾ തമ്മിലോ, അതുമല്ലെങ്കിൽ ഏതെങ്കിലുമൊരു ഭരണസമിതിയിലെ അംഗങ്ങൾ തമ്മിലോ ഉണ്ടാകുന്ന പല പ്രശ്നങ്ങൾക്കും അകൽച കൾക്കും കാരണം, കാര്യങ്ങൾ വേണ്ടവിധത്തിൽ വ്യക്തതയോടെ അവതരിപ്പിക്കാൻ കഴിയാത്തതാണ്.

ഇതു പറയുമ്പോൾ ഈ അടുത്ത നാളുകളിൽ ഞാൻ വായിച്ച ഒരു ലേഖനത്തെപ്പറ്റി ഓർത്തുപോവുകയാണ്.

നമ്മുടെ മുൻ ചീഫ്സെക്രട്ടറി ശ്രീ കെ. ജയകുമാർ ഐ.എ.എസ്. മലയാള മനോരമ പത്രത്തിൽ പ്രസിദ്ധീകരിച്ച 'സഞ്ചാരത്തിന്റെ സംഗീത'മെന്ന ലേഖന പരമ്പരയിൽ, അദ്ദേഹം സംസ്ഥാന കയർ കോർപ്പറേഷൻ മാനേജിംഗ് ഡയറക്ടർ പദവിയിൽ ആലപ്പുഴയിൽ ഉണ്ടായിരുന്ന കാലത്തു നടന്ന ഒരു സംഭവത്തെപ്പറ്റി പറയു ന്നുണ്ട്. അതിപ്രകാരമാണ്.

പുതിയ ജോലിയിൽ രണ്ടാഴ്ച പിന്നിട്ടപ്പോൾ മന്ത്രി ഏതോ ഒരു കാര്യം നിർദ്ദേശിക്കുകയും അത് ചെയ്യുന്നതിലുള്ള നിയമപരവും പ്രായോഗികവുമായ ബുദ്ധിമുട്ടുകളെക്കുറിച്ച് ഞാൻ വിശദീകരി ക്കുകയും ചെയ്തു.

മന്ത്രി ചിരിച്ചു 'നിങ്ങളും നിങ്ങളുടെ മുൻഗാമിയും പറഞ്ഞ കാര്യങ്ങൾ ഒന്നുതന്നെ. ഞാൻ പറഞ്ഞത് രണ്ടുപേരും ചെയ്തില്ല. പക്ഷേ, നിങ്ങൾ അത് സൗമ്യമായി പറഞ്ഞു. എനിക്ക് ദേഷ്യം തോന്നാത്ത രീതിയിൽ. മറ്റേ ഓഫീസറും പറഞ്ഞത് ഇതുതന്നെ. അതെന്നെ പക്ഷേ, ചൊടിപ്പിച്ചു'.ഔദ്യോഗിക ജീവിതത്തിന്റെ ആദ്യഘട്ടത്തിൽ കിട്ടിയ വലിയൊരു സർട്ടിഫിക്കറ്റായിരുന്നു ആ വാക്കുകൾ. പ്രതികരണമര്യാദയുടെ വലിയൊരു പാഠവും.

പ്രതികരിക്കുമ്പോൾ കാര്യങ്ങൾ വിശദമായും വ്യക്തമായും അവതരിപ്പിക്കണമെന്നും അതാണ് പ്രതികരണമര്യാദയെന്നും മറ്റുമാണ് ശ്രീ. കെ. ജയകുമാർ തന്റെ ലേഖനത്തിലൂടെ വായന ക്കാരെ ഓർമിപ്പിക്കുന്നത്.

നമ്മൾ വ്യക്തതയില്ലാതെയാണു കാര്യങ്ങൾ അവതരിപ്പിക്കു

ന്നതെങ്കിൽ അതു കേൾക്കുന്നവർ ധരിക്കുന്നത് നാം ഉദ്ദേശിക്കാത്ത കാര്യങ്ങളായേക്കാം. എന്നെ ആരും മനസ്സിലാക്കുന്നില്ലെന്ന പരാതി പറയുന്നവരാണ് പലരും. ചിലർ വേണ്ടത്ര വ്യക്തത ഇല്ലാതെ കാര്യങ്ങൾ പറഞ്ഞിട്ട് അവർ ഉദ്ദേശിക്കുന്ന രീതിയിൽത്തന്നെ കേൾക്കുന്നവർ അതു മനസ്സിലാക്കിക്കൊള്ളണമെന്നു ശഠിക്കുന്നതും ആശയവിനിമയത്തിലെ പരാജയമായിരിക്കും. നമ്മുടെ അഭിപ്രായവും കാഴ്ച്ചപ്പാടും ശരിയായ രീതിയിൽ മറ്റുള്ളവർക്ക് മനസ്സിലാക്കിക്കൊടുക്കേണ്ടത് നമ്മുടെ ഉത്തരവാദിത്വമാണ്. അതു നിറവേറ്റാതെ ആരും എന്നെ മനസ്സിലാക്കുന്നില്ലേ എന്ന് വിലപിച്ചിട്ട് യാതൊരു കാര്യവുമില്ല . ചന്തയിൽ വിൽക്കാൻ വെച്ചിരിക്കുന്ന മീൻ 'അയ്യോ എന്നെ ആരും വാങ്ങുന്നില്ലേ' എന്നു വിലപിക്കുകയാണെങ്കിൽ അതിന്റെയർത്ഥം മീൻ ചീഞ്ഞു പോയിട്ടുണ്ടെന്നു തന്നെയാണ്.

കുടുംബാംഗങ്ങളെല്ലാം ഒരു വീട്ടിലാണ് താമസമെങ്കിൽപ്പോലും അവരെല്ലാം മൊബൈൽഫോണിലൂടെ ചുറ്റുപാടുകളിൽനിന്നും അകന്ന് സാങ്കൽപ്പിക ലോകത്ത് അഭിരമിച്ചുകൊണ്ട് ഒറ്റപ്പെട്ട ഓരോരോ തുരുത്തിൽ താമസിക്കുമ്പോലെയാണു പെരുമാറ്റമെങ്കിൽ, അങ്ങനെയുള്ള വീടുകളിൽ ആശയവിനിമയം ഒരിക്കലും കണ്ടെത്താനാകാത്ത ആകാശകുസുമം പോലുള്ള ഏതോ ഒരു വസ്തുവായിത്തീരും, സംശയമില്ല.

ഓരോരുത്തരിലും ധാരണകൾ ഉടലെടുക്കുന്നത് മറ്റുള്ളവരിൽ നിന്നും, പ്രത്യേകിച്ച് മാതാപിതാക്കളിൽനിന്നും അധ്യാപകരിൽ നിന്നും ബാല്യകാലത്ത് കിട്ടുന്ന അനുഭവങ്ങളിലൂടെയാണ്. അവ എല്ലായ്പ്പോഴും പോസിറ്റീവ് ആയിരിക്കണമെന്നില്ല. പലപ്പോഴും നെഗറ്റീവുമായിരിക്കാം.

അങ്ങനെയെല്ലാം നാം പേറിനടക്കുന്ന ധാരണകൾ ശരിയോ തെറ്റോ എന്നറിയാനുള്ള ഒരു ശ്രമം മാത്രമായിരുന്നു ഈ ക്ലാസ്സുകൾ. നിങ്ങൾക്ക് നിങ്ങളെപ്പറ്റി ഒരു ധാരണ ഉണ്ടാക്കുവാനും സ്വന്തം മാനസികാരോഗ്യനില എന്തെന്ന് അറിയാനും അതുവഴി നിങ്ങളിലുള്ള നെഗറ്റീവുകളെ ഉൻമൂലനം ചെയ്യുവാനും പോസിറ്റീവുകളെ കൂടുതൽ ശക്തവും തിളക്കവുമുള്ളതാക്കുവാനും എന്റെ ക്ലാസ്സുകൾക്കു കഴിഞ്ഞിട്ടുണ്ടെങ്കിൽ ഞാൻ കൃതാർത്ഥയാണ്. ആരുടെയെങ്കിലും ഉള്ളിൽ ഏതെങ്കിലും തരത്തിലുള്ള നെഗറ്റീവ് ബാധകൾ

കയറിക്കൂടിയിട്ടുണ്ടെങ്കിൽ അവയെ തിരിച്ചറിഞ്ഞ് ഉച്ചാടനം ചെയ്ത് പുതിയൊരു സ്ക്രിപ്റ്റ് രചിക്കുവാൻ അവർക്കു സാധിക്കട്ടെ എന്നാശംസിച്ചുകൊണ്ടു് ഞാനെന്റെ പ്രഭാഷണങ്ങൾ ഇവിടെ അവസാനിപ്പിക്കുന്നു.

ഇത്രനാളും ശ്രദ്ധാലുക്കളായിരുന്ന് എന്റെ വർത്തമാനങ്ങൾ കേൾക്കുകയും സംശയങ്ങൾ ചോദിച്ചുകൊണ്ട് ക്ലാസ്സുകൾ സജീവവും രസകരവുമാക്കുവാൻ സഹകരിച്ച എല്ലാ സഹോദരീസഹോദരന്മാർക്കും ഞാനെന്റെ ഹൃദയം നിറഞ്ഞ നന്ദി അറിയിക്കുന്നു.

ഇനിയുള്ള നാളുകളിൽ നമ്മുടെ വാക്കുകളിലും പ്രവൃത്തികളിലും മറ്റുള്ളവർക്കുവേണ്ടിയുള്ള പോസിറ്റീവ് സ്ട്രോക്കുകളുടെ നിറപുഷ്പങ്ങൾ വിരിയിക്കാമെന്നു പ്രതിജ്ഞ എടുത്തുകൊണ്ടും അങ്ങനെ വിരിയുന്ന പുഷ്പങ്ങളിലെ തേൻ നുകരാൻ ഇന്റിമസിയുടെ ശലഭങ്ങൾ വന്നണയുമെന്നു പ്രതീക്ഷിച്ചുകൊണ്ടും നമുക്കു പിരിയാം.

സാങ്കേതികപദങ്ങൾ

1. Criticl or Controlling parent ego: വിമർശന പിതൃഭാവം/ശകാര പിതൃഭാവം

2. Nurturing parent ego: സാന്ത്വന പിതൃഭാവം/ലാളനാ പിതൃഭാവം.

3. Free child ego: നിയന്ത്രണമില്ലാത്ത സ്വതന്ത്ര ശിശുഭാവം.

4. Adapted child ego: ബാഹ്യനിയന്ത്രണങ്ങൾക്ക് വിധേയമായി ത്തീർന്ന ശിശുഭാവം.

5. Adult ego: ചിന്തിച്ചു പ്രവർത്തിക്കുന്ന പക്വതയാർന്ന ഭാവം.

6. Basic chemistry: തലമുറയായി പകർന്നുകിട്ടുന്ന സ്വഭാവവിശേഷം/ പാരമ്പര്യം (Genetic influence)

7. Gestalt therapy: മനസ്സും ശരീരവും ജീവിത പരിസരവുമെല്ലാം സമഗ്രമായി/മൊത്തമായി പരിഗണിച്ചു നടപ്പാക്കുന്ന ചികിത്സാ രീതി. ആയിരത്തി തൊള്ളായിരത്തി നാൽപ്പതുകളിൽ Frederick & Laura perls കണ്ടെത്തിയതാണ് ഈ ചികിത്സാരീതി.

പുസ്തക രചനയ്ക്ക് പ്രചോദനമേകിയവ

1) അറിവിന്റെ ആദ്യപാഠങ്ങൾ : സ്വാമി മുനിനാരായണ പ്രസാദ്.
2) അറിവ്-ശ്രീനാരായണ ഗുരു, വ്യാഖ്യാനം : സ്വാമി മുനിനാരായണ പ്രസാദ്.
3) വിദ്യാഭ്യാസത്തിന്റെ മനഃശാസ്ത്ര ഭൂമിക : കേരളഭാഷാ ഇൻസ്റ്റിറ്റ്യൂട്ട്.
4) സാമൂഹ്യ മനഃശാസ്ത്ര പ്രവേശിക : കേരള ഭാഷ ഇൻസ്റ്റിറ്റ്യൂട്ട്.
5) വിദ്യാഭ്യാസത്തിൽ ശ്രദ്ധിക്കാൻ : മുരളീധരൻ മുല്ലമറ്റം.
6) എന്താണ് ഈ ഞാൻ-ജോർജ്ജ് കണ്ടത്തിൽ,
   ഐ.സി.ടി.എ. പ്രസിദ്ധീകരണം.
7) എന്റെ സത്യാന്വേഷണ പരീക്ഷണ കഥ : മഹാത്മാ ഗാന്ധി
   നവജീവൻ പബ്ലിക്കേഷൻസ്.
8) കെ.പി.എ.സി. യുടെ ചരിത്രം:ഡോ: വള്ളിക്കാവ് മോഹൻദാസ്
   പ്രഭാത് ബുക്ക് ഹൗസ്.
9) ഭൂമിക്കൊരു ചരമഗീതം : ഓ.എൻ.വി. കുറുപ്പ്
10) കുട്ടികളെ തിരുത്തുന്നവർ : ഷാജി മാലിപ്പാറ
    എച്ച് &സി പബ്ലീഷിങ് ഹൗസ്
11) കുട്ടികളുടെ സമഗ്ര വ്യക്തിത്വവികസനം:കെ.പി.ജോസഫ്
    അവന്തി പബ്ലിക്കേഷൻസ്.
12) ഡോ. മെഴ്സി (കൗൺസലിംഗ് സൈക്കോളജിസ്റ്റ്),
    ഡോ. അലക്സാണ്ടർ ജേക്കബ് (ഐ.പി.എസ്),
    പ്രൊഫ. പി.ജെ. ആൻറണി (കൗൺസലിംഗ് സൈക്കോളജിസ്റ്റ്),
    സ്വാമി ഗുരുരത്നം ജ്ഞാനതപസ്വി എന്നിവരുടെ പ്രഭാഷണങ്ങൾ.
13) പത്ര റിപ്പോർട്ടുകളും ടെലിവിഷൻ വാർത്തകളും.

www.ingramcontent.com/pod-product-compliance
Lightning Source LLC
LaVergne TN
LVHW090424051026
849518LV00006B/2441
* 9 7 8 8 1 9 5 9 6 4 5 0 5 *